YI YAƘI MAI KYAU NA BANGASKIYA

Yin Naka A Cikin Al'amarin Da Allah Ya Ƙe Yi

Kayan Karatu na Tushe Mai Alfarma

Daga Rev. Don Allsman da Rev. Dr. Don L. Davis

A SACRED ROOTS RESOURCE

TUMI.org

TUMI

WORLD IMPACT

TRANSFORMING COMMUNITIES TOGETHER

TUMI Press
3701 East 13th Street North
Wichita, Kansas 67208

The Urban Ministry Institute • *ƙungiyar hidima ce ta World Impact, Inc.*

Yi Yaƙi Mai Kyau na Bangaskiya: Yin Naka A Cikin Al'amarin Da Allah Ya Ke Yi

Bugu na farko 2014, Bugu na biyu 2016

The Urban Ministry Institute
3701 East 13th Street North
Wichita, Kansas 67208

ISBN: 978-1-62932-219-3

A division of World Impact, Inc.
The Urban Ministry Institute ƙungiyar hidima ce ta World Impact, Inc.

Nassoshin da ke ciki daga Littafi Mai Tsarki ne amma ba daga juyi ɗaya kaɗai na Hausa ba

Bayani na hoton da ke a fuskar littafin:
Wannan hoton yana nuna wani mutum tsaye kusa da tafkin ruwa. Yayin da ya dubi ruwa, sai ya ga hotonsa a cikin ruwan. Yana ganin jarumi ga Kristi. (Daga Afisawa 6.10-18)

An rubuta wannan littafi domin girmama

Waɗanda suka almajirantar, da suka kuma zama gurbi mai kyau ga sabbin tuba da masu ba da gaskiya da suke girma....

Ga, pastoci, da malamai, da mashawarta, da daraktoci na ruhaniya, da masu almajirantaswa-dukan waɗanda suka miƙa kansu domin kula da zama abokai ga waɗannan tsarkaka, waɗanda a koyaushe marmarinsu shi ne su ƙarfafa su kuma gina masu bin Kristi, waɗanda ƙoƙarinsu ne su nuna ƙauna, da ta'aziya, da bishewa, da Ruhu Mai Tsarki ke morarsu a cikin duniya duka-

Muna taya su murna saboda alherin Allah da ke taimakonsu su yi amfani da baiwarsu domin su tada sabuwar tsara ta ma'aikatan da suka cancanta a ruhaniyance domin aiki na girmama Ubangiji Yesu da ciyar da Mulkinsa gaba

• • •

Ga "Fairmount Park Daybreak Crew" ɗina na shekaru masu yawa da suka ba da gaskiya ga ikon zuba jari a cikin shugabanni masu tasowa kamar ni domin mulkin Allah

Don Davis

• • •

Ga Shirley Isaac, wanda muka yi aji ɗaya na "6th grade", wadda ta gabatar da ni ga Yesu da bishara, da kuma Theron Friberg, shugaba na matasan iklisiya a "high school church", wanda ya miƙa mani ƙaunarsa ta Littafi Mai Tsarki ya kuma koya mani yin tafiya cikin Ruhu Mai Tsarki

Don Allsman

• • •

Kuma abin da ka ji daga gare ni a gaban shaidu masu yawa ka damƙa ma amintattun mutane waɗanda za su iya koya wa wasu su sma.

2 Timoti 2:2

Abinda Ke Ciki

GABATARWA

> Almajiranci ba sadarwa ta ilimi ba ce, amma sadar da rayuwa ce.
>
> ~ Juan Carlos Ortiz

Yan'uwana sojoji, gaisuwa a cikin sunan nan mai ƙarfi na Ubangijinmu Yesu Kristi.

Muna farin ciki mu ba ku abin da za ku mora domin almajiri ko mai yaƙi na Kristi ya *Yi Yaƙi Mai Kyau na Bangaskiya: Yin Naka a cikin Abinda Allah Ya Ke Yi.* Wannan littafi yana wakiltar yadda Labarin Maganar Allah ya ke. An rubuta shi da maida hankali a kan abinda shi Littafi Mai Tsarki kansa yake faɗi game da muhimmancin kasancewarmu a cikin babban Labari na Allah. Mun tabbata cewa an rubuta labarin gaskiya na duniya, da manufarta da kuma ƙadararta, a cikin Littafi Mai Tsarki. Maganar Allah na nuna cewa Allah Shi ne Mai Iko kan rai, Shi ne ya halicci duniya. Ya yi wa Ibrahim alkawari zai aiko da Iri wanda zai albarkaci iyalan duniya duka. Allah ya sa mutanensa, Isra'ilawa, su san shi. Ta wurin wannan al'umma ce Allah ya kawo Mai Ceto, Shafaffensa. Yesu Shi ne Bawa wanda Allah ya zaɓa domin ya zo cikin duniya, ya yi nasara da mutuwa da la'ana, ya kuma kafa mulkinsa a cikin 'yan adam.

A cikin gaskiya, Mai Ceton ya zo ta cikin mutanensa, Isra'ilawa, kuma mun san ko shi wanene: Mai Fansa da kuma Sarki, Yesu Banazare. Maganar Allah ta tabbatar da ɗaukakar Yesu, wanda ya bayyana wa dukan 'yan adam shirin Allah da kuma ɗaukakarsa, ya fanshe mu daga zunubanmu ta wurin mutuwarsa a kan giciye, da kuma tashinsa daga matattu, kuma shi ne wanda zai gyara dukan kome a Zuwansa na Biyu. Lokacin da muka tuba, muka ba da gaskiya ga Yesu cewa shi ne Ubangiji da Mai ceto, wannan babban labarin zai zama namu, labari mai ban al'ajibi na alheri da ƙauna, lamari mai ban sha'awa da ya gayyace mu mu zo mu gaya wa waɗansu, kuma mu yi rayuwa tare da waɗansu a cikin iyalin Allah, wato Ikilisiya.

Darasin a Taƙaice: Yadda za mu yi Yaƙin nan mai Kyau na Bangaskiya. An rubuta wannan littafin domin a ba mai karatu hanya mai sauƙi da zai karanta ya kuma gane a taƙaice manyan tambayoyi, kuma ya ƙara haske ga labarin, domin ya taimake ka ka gane shi, domin ka san yadda za ka yi dangantaka da Allah da kuma waɗansu yayin da kake zama a cikin Iklisiya. An yi niyyar a ba ka, kai mai yunwa, mai ba da gaskiya, da ke kan girma, darusa guda tara waɗanda suka bayyana yadda aka rarraba labarin, cikin kula da kowane, da kuma tattaunawa yadda yake dangantaka da kai, don kai sabon mabiyi ne a cikin labarin duniya ta Allah. Tattauna akan waɗansu abubuwan da suke gaskiya waɗanda manzo Bulus ya yi magana a kai a cikin Littafin Afisawa. An shirya darussan domin a kafa ka da ƙarfi cikin tafiyarka ta bangaskiyar Krista. Ga sunayen darussan da kuma abinda kowanne ya kunsa a taƙaice.

Darasi na 1 sunanshi, *Lamarin da Muka Sami Kanmu a Ciki; Haɗa Namu Labarin da Labarin Allah.* Wannan darasi zai taimake ka ka san cewa Allah mai duniya, Ubangiji Mai iko duka shi ne Allah na gaskiya, Madawwami, shi ne a Tiriniti: Uba, da Da, da Ruhu Mai Tsarki. Shi ne ya halicci dukan kome, waɗanda ake gani da waɗanda ba a gani, kuma ya halicci 'yan adam a cikin kamanninsa. Wannan darasi na magana ne akan tawayen Shaiɗan, da kuma mutane na farko, Adamu da Hauwa'u, da kuma yadda ta wurin rashin biyayyarsu aka la'anta dukan halitta. Allah kuwa ya ba mu alkwari na Mai Ceto wanda zai yi nasara da mugun, zai yi nasara, ya dawo da kome zuwa ɗaukakar Allah.

Darasi na 2, *Shigar da Muke yi: Yin Na'am da Abinda Za Mu yi a Cikin Duniya Mai Ruɗami na Tun Zamanai* na magana ne game da yadda Yesu Banazare ya yi nasara a kan Shaiɗan, ya kuma 'yantar da mu daga la'ana ta wurin rayuwarsa marar zunubi, da kuma mutuwa a madadinmu. Yanzu ta wurin tuba (juyawa daga zunubanmu zuwa ga Allah) da bangaskiya (gaskanta gaskiya game da aikin Yesu) muke shiga Mulkin Allah. Ta alherinsa ya cece mu, aka yi mana baftisma cikin Jikin Kristi, kuma an ba mu Ruhu Mai Tsarki domin ya taimake mu cikin rayuwarmu ta Krista.

Darasi na 3, *Mashigar da Muke Samu: Haɗa Rayuwarmu da Rayuwar Allah a cikin Kristi,* na koya maka yadda aka haɗa ka da Yesu ta wurin bangaskiya. (wato, yanzu muna "cikin Kristi"). Domin wannan tarayya, kana karɓa kana kuma jin duk yadda Yesu yake, da kuma abin da yake tanadawa. Ta wurin Ruhu Mai Tsarki mun zama membobi na iyalinsa, tare da Yesu dutsen nan mai muhimmanci sosai, sa'an nan manzanni, da annabawa, su ne fondeshensa. Kowane taro na masu bi yana aiki ne a matsayin wakilai na Mulkin Allah, suna kare 'yancin sama. Mu masu bi mu ne jakadu da masu aiki na Mulkin.

Darasi na 4 shi ne *Baiwar da Muke Karɓa: Aikin da Ruhu Mai Tsarki Ya ke yi a cikin Yaƙi Mai Kyau na Bangaskiya.* Wannan darasi na sa haske a kan yadda Ruhu Mai Tsarki yake zama a cikin kowane mai bi, yana ba kowa baye baye domin yin aiki a cikin Iklisiya. A cikin Kristi muna da 'yanci mu mori baye bayenmu a cikin sauran masu bi, bisa ga yadda Ruhu Mai Tsarki ya tanada da zarafi, da bishewa, da kuma ƙarfi. Muna yin girma tare yayin da kowane mai bi yake yin hidima cikin haɗin kai da ƙauna.

A cikin **Darasi na 5**, *Hazaƙar da Muke Nunawa: Rayuwa a Matsayin Tsarkakan Allah, kuma Jakadun Yesu Kristi a wannan Duniya*, mun ga cewa an kira mu ne mu kwaikwayi Allah a matsayinmu na ƙaunatattun 'ya'yansa. An sa mun zama tsarkaka na Allah (masu tsarki) a cikin Kristi, kuma ya kamata mu wakilci Allah a wurin waɗansu cewa mu 'ya'yansa ne masu tsarki, kuma mutane masu godiya. An kuma kira mu a matsayin wakilansa, domin mu gaya wa abokanmu, da iyalanmu, da maƙwabtanmu labarin ceto, kuma mu dinga yin ayyuka masu kyau na ƙauna, mu dinga yin ayyuka domin Kristi, cikin yi wa waɗansu hidima.

Darasi na 6, *Ginuwar da Muke Nema: Gina Juna a cikin Jikin Kristi.* Wannan darasin yana duba yadda aka shirya rayuwar Krista don yin rayuwa tare, ana yin girma tare kamar iyalin Allah domin mu jikin Kristi ne kuma haikalin Ruhu Mai Tsarki. An kira mu mu yi rayuwar Kristi tare da waɗansu, muna gano gaskiyarsa tare, muna yi wa Allah sujada, muna yin girma kamar almajiran Kristi yayin da muke dangantaka da sauran masu bi a Iklisiya da kuma ƙananan ƙungiyoyi. Idan muna yin haka muna samun ginuwa a cikin bangaskiyarmu, kuma muna koyon yadda za mu yi wa juna biyayya domin muna girmama Kristi.

Darasi na 7, *Magabcin da Muke Yaƙi da Shi: Tafiya cikin Nasara akan Magabcin Allah.* Wannan darasin yana bayyana mana yadda babban Labarin da muka shiga ya ke. Duniya tana cikin yaƙi na ruhaniya-Shaiɗan da mulkin duhu suna yaƙi da Ubangiji Yesu Kristi da Mulkin haske. Ta wurin rayuwarsa, da mutuwarsa da kuma tashinsa daga matattu, Yesu ya yi nasara da magabcinmu, Shaiɗan, wanda har yanzu yake ci gaba da yin aiki ta wurin yaudara a cikin tsarin duniyar nan da ta faɗi, da kuma tsohon halinmu na zunubi, wato "son abubuwa na jiki". Muna yin nasara da shi yayin da mu ke yin tafiya cikin bangaskiya a cikin Kristi muna kuma yin tsaro domin kada Shaiɗan ya ruɗe mu ta wurin ƙarairayinsa da yaudararsa.

Darasi na 8 ne ake ce da shi *Kayan Aikin da Muke Amfani da Su: Sanya dukan Makamai na Allah.* Darasin yana bayyana yadda Allah ya tanada wa kowane mai ba da gaskiya da muhimman kayan yaƙi domin yin tsayayya da magabci, da kuma iya tsayawa da ƙarfi lokacin da Shaiɗan ya kawo masu hari. Gaskiyar Nassi (wato, Maganar Allah) za ta iya taimakon mu mu gane, mu kuma tsaya da ƙarfi, mu maye ƙarairayin da magabci ya ke zuba mana. Ruhu Mai Tsarki zai ba mu ƙarfi domin yaƙin, yayin da muke yin ayyuka na horaswa ta ruhaniya mu kaɗai, da kuma tare da sauran masu bi.

Darasi na 9, shi ne darasinmu na karshe da ake kira, *Dauriyar da Mu ke Nunawa:Nacewar Tsarkaka.* A wanann darasin mun ga yadda ka'idar da ke a tsakiyar yin girma cikin Kristi ita ce koyon jimrewa, zama a faɗake, kada a same mu ba shiri. A matsayinmu na wakilan Kristi, dole ne mu yi ƙoƙari domin samun ladar, komin wahalar da ke cikin samun ta. Ruhu Mai Tsarki zai ba mu iko mu tsaya da gaske cikin kiranmu, kuma sa'ad da muka yi aminci cikin tsayawa da Kristi, zai more mu don ƙarfafa sauran masu bi cikin yaƙin.

Yadda Aka Shirya Kowane Darasi: Sashe Sashe
An raba kowane darasi kowane sashe da nasa, kowane sashe na maida hankali a kan wani muhimmin abu domin ka duba yayin da kake cikin darasin. (Wannan yana da muhimmanci a kula da shi idan ya zama za ka yi nazarin littafin nan tare da waɗansu, a matsayinka na shugaba, ko mai bi da ƙaramar ƙungiya).

Maƙasudai na Darasi. Maƙasudan nan guda uku domin kowane darasi za su taimake ka ka gane daidai abin da ya kamata ka gane, ka kuma gaskanta da zarar ka gama darasin, ko kana yin binciken kai kaɗai ne, ko kuma tare da waɗansu.

Addu'ar Budewa Domin Samun Hikima. Wannan addu'ar, da muke ƙarfafa ku ku yi ta da murya mai ƙarfi, tana roƙon Ubangiji ya shirya zukatanmu kafin mu fara binciken gaskiyar Littafi Mai Tsarki, yadda za mu iya ganewa, mu kuma karɓi abin da Ubangiji ya ke da shi dominmu.

Gamuwa. Sashe ne mai muhimmanci sosai wanda ke sa ka ƙare darasin tare da yin tunani game da tambayoyi, da abubuwa, da halayen da ake ciki na ainihin rayuwa waɗanda suke da dangantaka da ra'ayinsa. Ka ba da lokaci sosai a kan waɗannan misalai, ka yi tunani a hankali game da abubuwan da suke nufi. Za su ƙara zurfin tunaninka da bincike sa'ad da ka ke cin gaba a cikin kowane darasi.

Abinda Za a Koya. Wannan sashen yana gabatar da abubuwan da za mu yi bincike a kai, yana kuma tanada ainihin tambayoyin da za mu amsa da kuma ayoyin Littafi Mai Tsarki da za mu duba domin ainihin wannan darasi.

Apendis. Mun haɗa da zane zane, da rubuce rubuce masu dacewa a cikin Apendis waɗanda za su ƙara maka ganewar abin da ke cikin darasin, da kuma yin amfani da shi. Ka duba Apendis da aka haɗa wannan sashen da shi domin suna da muhimmanci wajen ƙara maka ganewar tushen ka'i'dodi da ra'ayi dabam dabam da ke cikin kowane darasi.

A Taƙaice. Bayan duba Maganar Allah da kuma amsa tambayoyi a cikin sashen Abin Da Ke Ciki, kowane darasi na ba da ɗan gajere kuma taƙaitaccen bayani na muhimman ra'ayoyi da gaskiyar abin da darasin ke nufin koyawa. Wannan yana da taimako da zama maka jagora domin ka duba ka gani ko ka sami "manyan ra'ayoyi" na wannan darasi a cikin binciken Maganar Allah da ka yi kai kaɗai.

Muhimmmin Abu. Wannan sashe na darasi galibi yana kawo duka koyaswar darasin ƙarƙashin kalami ɗaya ko aya.

Al'amura Domin Bincike. Wannan muhimmin sashe yana tanada zarafi domin ka yi tunani a kan ko me abinda ka koya yake nufi. Maganar gaskiya ba kawai domin yin tunani da kuma tattaunawa ba ne: almajiranci na game ainihin rayuwa, ainihin abubuwa, da mutane da suke fama da su, waɗanda suke shafar rayuwarsu. Domin su sa ka tunani su kuma taimake ka ne a matsayinka da almajiri da ke kan girma, ka gane yadda za ka dangana labarin da gaskiyarsa da naka labarun da gaskiyar da ke tattare da su. Sanin gaskiyar ba domin ta sa mu burge ba ne, sai dai domin ta 'yantar da mu (Yahaya 8:31-32).

Abu mai muhimmaci fiye da "amsar da ke daidai" shi ne "koyo cikin tawali'u". Za ka gani cikin binciken Littafi Mai Tsarki sau da yawa babu amsa ɗaya da ta fita fili cewa ita ce daidai daga cikin bincikenmu. Maimakon haka, an yi kira gare mu da mu yi tunani, cikin tawali'u mu dinga yin bincike, muna gwada kome, sai mu riƙe abin da ke da kyau (1 Tassalonikawa 5:21). Ka yi amfani da wuraren nan domin bincike ka ƙara duba ma'anar abin da ka gama koya yanzu, ka buɗe zuciyarka ka bari Ruhu Mai Tsarki ya sake yadda kake gane abubuwa dabam dabam da za ka gamu da su a cikin waɗannan darussan.

Haɗawa. Wannan sashe na maida hankali ne akan yadda kake aikata da tabbatar da ainihin gaskiyar darasin. Dole ka haɗa abin da kake koya da hanyoyin da kake yin tunani, da magana, da al'amuranka, da kuma yadda kake dangantaka da sauran mutane. Saboda haka ka nemi hanyoyin da za ka iya haɗa abin da kake koyo da kuma rayuwarka a cikin wannan sashen.

Tabbatarwa. Wannan sashen ya ɗauke da gaskiyar da aka samu daga cikin darasin da za mu iya furtawa, muna tabbatar da shi a rayuwarmu cikin dukan makon nan.

Addu'a. Mun sashe za ka iske wata addu'a daga wani muhimmin mutum a cikin Iklisiya domin ka san irin roƙe roƙe da addu'o'in da ake yi dangane da kan maganar darussanmu a cikin tarihin Iklisiya duka.

Kuka Daga Zuciya Zuwa ga Allah. Wannan addu'a ce da ya kamata ka yi a ƙarshen darasin. Ana iya yin addu'a ta hanyoyi da yawa; ana iya rubutawa, ko ta zama a rubuce kamar na mai Zabura a cikin Littafi Mai Tsarki! Waɗannan addu'o'i suna taimakon mu mu roƙi Ubangiji domin irin taimakon da muke buƙata mu kuma iya amfani da gaskiyar da muka koya a cikin darasin. Addu'o'i ne na tawali'u, na roƙo da godiya, da kuma samun gabagaɗi. Ka yi su shiru, ko da murya, bisa ga yadda Ruhu ya bishe ka.

Domin Ƙarin Bincike - An ba ka shawara ka more su idan kana so ka ƙara koyon abubuwa game da darasin.

Domin Sashe na Gaba. Waɗannan abubuwa suna ba da haske game da darasi na gaba a jere, yana sa ka iya gane abin da ke biye a sashe na gaba.

Haddacewa. Mun ba da gaskiya sosai cewa idan muka ɓoye Maganar Allah (haddace) a cikin zukatanmu, ba za mu yi wa Ubangiji zunubi ba (Zabura 119:11). Sanin Maganar Allah a cikin zuciya hanya ce mai amfani mai ƙarfafa zuciya, kuma inda a koyaushe za ka iya samun abin da za ka yaƙi ƙarairayin magabci ke nan. Saboda haka kowane darasi zai kasance da aya ɗaya domin ka yi ƙoƙari ka haddace ta domin ta dinga tuna maka gaskiyar da ka koya, ta kuma taimake ka cikin tafiyarka a cikin makon, da kuma makonni masu zuwa.

Aikin Yi A Gida. Wannan sashe na ƙarshe ya ƙunshi waɗansu abubuwa da za ka "tafi da su" domin ka je ka gama darasin a gida. Waɗannan abubuwa za su taimake ka. Idan za ka yi wani abu game da ayyukan, ka yi sosai banda wasa, kuma ka yi su da kyau. An shirya su ne domin su taimake ka ka yi girma a cikin Kristi, domin ƙarin sani da ka samu game da darasin da ka gama binciken. Saboda haka muna roƙo ka gama aikin duka, kuma a kan lokaci. Zai inganta koyon da kake yi sosai, idan ba tunani game da gaskiyar kaɗai kake yi ba, amma idan dai har da aikatawa.

Yi Yaƙi Mai Kyau Na Bangaskiya: Yin Naka Cikin Labarin Allah. Zama Krista shi ne shiga labarin Allah, labarin da Allah yake faɗi yake kuma cika cikin dukan lokaci! Labarinsa na ƙauna da fansa, da ceto da bege, na yaƙi da nasara, yanzu ya zama labarinka. Jijiyoyi masu tsarki na wannan labarin sun koma baya can daga farkon lokaci, suka miƙe har zuwa ga bege na Mulki mai ɗaukaka a ƙarkashin mulkin Kristi. Ta wurin bangaskiya a cikin Yesu an kuɓutar da kai daga zunubi, an 'yantar da kai daga hukunci, da bauta, an sa ka cikin yaƙin. A cikin wannan littafin bincike za ka gane yadda za ka iya yafa kayan yaki na Allah, ka gane ƙarairayi na magabci, ka kuma koyi yadda za ka dinga yin girma tare da sauran masu bi. An sa ka cikin yaƙin saboda haka sai ka koyi yadda za ka yi yaƙin nan mai kyau, tare da sanin cewa yaƙi ne domin nasara ta ruhaniya na Ubangiji.

John Eldredge, wani fasto wanda ya rubuta abubuwa da yawa game da yaƙi na ruhaniya ya ce, "Labarin rayuwarka labari ne na mugun hari ga zuciyarka daga wanda ya san abin da za ka iya zama yana kuma tsoron abin da za ka zama". Wa ya san abin da Allah yake da shi domin ka yayin da kake koyon ka zama wakilin Kristi a wurin iyalinka, da abokanka, abokan aikinka da kuma maƙwabta. Dole ka koyi yin yaƙi. Wannan tsarin bincike na "bin sawu", an shirya shi ne domin ya taimake ka ka san yadda za ka fara yin rayuwar

Krista da ra'ayin da ke daidai, da kayan yin yaƙi da suka dace da yin yaƙi mai kyau. Wannan littafi na jagora zai nuna maka yadda za ka yi.

Stu Webber, soja ne wanda ya yi ritaya, yanzu shi fasto ne, ya rubuta game da yadda rikici na ruhaniya wanda kowane Krista, ko ƙarami ne a cikin Ubangiji, ko gogaggen mai yaƙi, yake fuskanta kullum:

~Stu Webber. Spirit Warriors. Sisters, OR: Multnomah Publishers, 2001, p. 16.

> Kowane Krista filin yaƙi ne mai tafiya. Kowane mai bi yana ɗauke da mugun rikici a cikinsa. Yawancinmu muna jingina ga duk abin da zai taimake mu mu iya yin nasara da yaƙin. Ka kira shi yaƙi tsakanin jiki da na Ruhu. Ka kira shi neman yin nasara cikin rayuwar Krista. Ka kira duk abinda kake so ka kira shi. Amma dai yaƙi ne wurjanjan. Amma kuma idan an gama yaƙin za ka so ka kasance a cikin waɗanda suke a tsaye. Ana koyar da ka'idar yaƙi a makarantun sojoji a duniya duka. Yaƙi na ruhu ba dabam yake da wanda mutane suke gani ba. Duk sojan da yake sa rai cewa ba tsira kaɗai zai yi ba, sai dai har ya yi nasara, dole ne ya gane, ya kuma yi amfani da ka'i'dodin nan a cikin yaƙin shi kullum "da mugayen ruhohi na sararin sama, masarauta, masu iko, da waɗanda ragamar mulkin zamanin nan mai duhu take hannunsu. (Afisawa 6:12b).

Za ka iya yi yaƙin na fiye da tsira. Za ka iya yin nasara, kuma a cikin nasararka Kristi zai sami ɗaukaka. Ka roƙi Allah ya ba ka hikima da ƙarfi yayin da kake koyon gaskiyar Maganarsa. Ka roƙi basira domin ka gane gaskiyarsa, ka zama da ƙarfin hali domin ka aikata ta cikin rayuwarka, kuma ka ƙaunaci gaya wa waɗansu. Muna kiran ka ka zo ka koya tare da mu, ka koya daga Ruhu, yayinda yake koya maka yadda za ka yi kyakkyawan yaƙi na bangaskiya. A madadin Don Allsman, abokin aikina cikin wannan rubutu, shi ma soja ne, da dukan ma'aikata na TUMI, waɗanda suka ba da lokacinsu da ƙoƙari cikin wannan aikin-muna gode wa Allah domin rayuwarku. Addu'armu domin ku ita ce, za ka yi naka aikin a cikin Babban Labarin Allah, na cetowa da kuma gyara halittarsa. Kana da muhimmin aiki da za ka yi.

Maraba da zuwa cikin iyalin, barka da zuwa cikin yaƙin!

Dr. Don L. Davis
Wichita, Kansas, Advent 2014.

Lamarin Da Muka Sami Kanmu A Ciki

Haɗa Namu Labarin da Labarin Allah

... bisa ga alherinsa wanda yake a yalwace, wanda ya ba mu a yalwace da hikima marar iyaka da basira kuma. Allah ya sa muka san asirin nufinsa bisa ga abin da ya nufa, wanda ya kuma shirya ya cika ta wurin Almasihu. Nufinsa ke nan, idan lokaci ya cika, ya harhaɗa dukan abubuwa a ƙarƙashin ikon Almasihu, wato dukan abubuwan da suke a sama da abubuwan da suke a ƙasa gaba ɗaya.

~ Bulus zuwa Afisawa 1:8-10

Manufa

A ƙarshen wannan darasi ya kamata ka rungumi *Lamarin da Muka Sami Kanmu a Ciki,* kana ba da gaskiya cewa:

- Allah Mahaliccin duniya, Ubangiji Allah Maɗaukaki, shi ne kaɗai mai gaskiya, Allah Madauwami, wanda ya ke raye cikin Kamani uku: Allah Uba, da Ɗa, da Ruhu Mai Tsarki.
- Allah shi ne Mahaliccin komai, da wanda ake gani da waɗanda ba a ganinsu. Ya halicci mutum cikin kamaninsa.
- Saboda tawayen *Shaiɗan** da rashin biyayyar *iyayenmu na fari** aka la'anta halitta, amma Allah ya yi alkawari, yana kuma da shiri na shawo kan mugunta, Ya mai da komai daidai ta wurin Mai Ceto, wato Ubangiji Yesu Kristi.

Farawa da Addu'a domin samun Hikima

Allah Uba Madauwami, a cikin maganarka ka ce kai ne asalin dukan ilimi da hikima. Na yarda cewa wannan gaskiya ce, ya Uba, ina kuma roƙo ka cika ni da hikimarka domin in zama mai koyar da kalmar gaskiya daidai (2 Timoti 2 .15). Ka koya mani, ka kuma nuna mani hanyar da zan bi (Zabura 32:8), ka kuma bi da sawuna. Ka karkata kunnena ya saurari muryarka, ka daidaita tunanina da kalmomina, ka bishe ni sa'ad da na ɓata.

Uba, ka ba ni baiwar fahimta, ka kuma taimake ni yayinda na ke nazari in san bambanci tsakanin koyarwa, da ruhohi, da baye baye na gaske da waɗanda ba nagari ba. Ta wurin Ruhu Mai Tsarki ka nuna mini nufinka, ka ba ni basira domin in san yadda zan aikata manufofinka da dukan zuciyata.

* **Shaiɗan** – Shaiɗan shi ne sunan Iblis, magabcin Allah da na 'yan Adam.
* **Iyayenmu na fari** – Allah Ya halicci Adamu da Hawa'u, miji da mace na farko, a cikin kamanninsa domin su yi dangantaka da Allah, su yi aiki mai ma'ana, su kuma ji daɗin wadatar halittar Allah.

Ya Ubangiji, ka taimake ni in zama mai saurin ji da saurara, amma ba mai saurin magana ko mai saurin fushi ba (Wasiƙa ta Yakubu 1:19). Bari kalmomin bakina da tunanin zuciyata su sami karɓa a gareka. Ka yarda mini in furta kalmar gaskiyarka da hikima domin duk mai sauraro ya fahimta ya kuma amfana da gaskiyarka.

Ka koya mini ta wurin wannan nazari domin in karɓi maganarka da koyarwarka. Ina wannan roƙo cikin sunan nan mai girma na Yesu, Ubangijina da Mai Cetona. Amin.

Gamuwa

1. **Mu kaɗai ne halitta a duniya?** Silima na ƙasashen turawa (Hollywood) na nuna cewa akwai waɗansu halitta a duniya ban da 'yan Adam. Amma yawancin lokaci sukan bayana kamar mugayen abubuwa. Akwai dubban mutane da su ke da ra'ayin cewa ba 'yan Adam kaɗai ne ke rayuwa a duniya ba, ko da shi ke su kan ce ba su san yadda waɗannan halitta suke ba, balle su san inda suke. Waɗansu kuwa suna cewa mutane ne kaɗai ke rayuwa a cikin yawan sammai da ke sararin sama. Har wa yau akwai masu cewa mutum ya fito daga yanayin rayuwa ne kawai, wasu kuma na cewa alloli ne suka ƙirƙiro mutum, wasu kuwa na cewa lallai babu ɗan Adam da zai iya sanin waɗannan irin al'amura. Lokacinda ka ke yaro waɗanne irin ra'ayi ka ke da su game da inda ka fito, ko kuma da me da me aka koya maka game da asalin sammai da duniya?

2. **"Ga ta, ga ta nan...!"** Yawancin mu mun yi girma muna jin tatsuniyoyi da ƙananan waƙoƙi na yara da ake koya mana a gida, da majami'a, da makaranta. Duk inda mutane suke a duniya suna ƙaunar jin labaru da kuma ba da labari. Kowace rana muna jin labaru iri iri ta wurin littatafai, da jaridu, da rediyo, da telebijin, da dai sauransu. Waɗansu labarun gaskiya ne, amma kuma akwai waɗanda ba gaskiya ba ne; akwai labaru masu ƙayatarwa har da na ban kunya. Zai ba ka mamaki idan ka ji cewa Littafi Mai Tsarki wani babban labari ɗaya ne? Littafi Mai Tsarki ya ƙunshi littattafai 66 waɗanda aka rubuta a cikin shekaru 1500, amma duk da haka labari ɗaya ne, wato labarin Allah da yadda ya ke so ya ceci halittarsa.

   Menene tunaninka game da labarun gaba ɗaya? Ka taɓa jin cewa labarin Littafi Mai Tsarki ɗaya ne tak game da Allah da ceton da ya ke bayarwa? Menene bambanci tsakanin labarun da muka ji ko muka karanta da wannan labari ɗaya da marubutan Littafi Mai Tsarki suka bayar game da Allah da kyautar ceto da ya ke bayar wa duniya?

3. **"Idan dai ta nawa ce ban ga wani shiri ba."** Tun daga farkon bangaskiya, lokaci kaɗan bayan manzannin Almasihu, masu bi su kan ƙarfafa bangaskiyarsu ta wurin rubuce-rubucen da ake kira "creeds," ko shaida. Biyu daga cikin waɗannan rubuce rubucen su ne, "Shaidar Manzanni" da "Shaidar Nicene" (Ka dube su a cikin apendis). Har wa yau

ana nanata su a Iklisiyu. Waɗannan rubuce-rubucen shaidar bangaskiya sun taƙaita mana bayani a kan ko wanene Allah, me ya yi ta wurin Kristi, da kuma yadda za a sabunta halitta bisa ga shirin Allah da lokacinsa.

Mutane da dama waɗanda ba su da gaskiya ba kuwa cewa suke babu wanda ya halicci duniya. Cewa suke wai haka kawai duniya ta kasance. Suna cewa babu wani shiri da ya haɗa komai a wuri ɗaya. Wai babu bayani da zai taimake mu mu san dalilin kasancewarmu a duniya, da inda za mu, ko ma yadda abubuwa za su zamana nan gaba. Waɗanda suke musun cewa akwai Allah suna cewa wauta ce ba da gaskiya ga Allah ko wani babban shiri na rayuwa. Suna cewa babu Allah sai dai abubuwan da ke cikin duniya, babu makoma, balle wani dalilin rayuwa. Waɗanda kuma suke da ra'ayin cewa ba za a taɓa iya sanin Allah ba suna cewa har in ma Allah na nan, to, babu wanda zai iya sanin ko yaya yake ; sai dai mu yi fatan cewa komai zai gama lafiya-wataƙila! Ta yaya waɗannan shaidu, wato shaidar Manzanni da Shaidar Nicene za su taimakemu sanin yadda za mu ƙaryata masu cewa babu Allah, babu kuma wani shiri ma duniya?

Abin da Ke Ciki

A cikin Littafi Mai Tsarki muka sami Labarin Allah da bil Adama, a tsakiyar labarin kuma akwai Yesu Almasihu. Amma wannan ba labarin da muke karantawa kaɗai ba ne, labari ne da muke da hannu a ciki. A matsayinka na mai bin Yesu ka sami sabon suna, kana kuma da abin yi a cikin Lamarin da muka sami kanmu a ciki.

Allah maɗaukaki, Allah Uba, da Ɗa, da Ruhu Mai Tsarki, shi ne ya halici duniya. Allah yana raye tun fil azal, yana zama a cikin ɗaukakarsa, ba ya da wata buƙata. A cikin wannan hali ne Allah ya halici duniya inda 'yan Adam waɗanda ya halitta a cikin siffarsa da kamaninsa za su yi cikakkiyar rayuwa. Amma mugun mala'ikan nan da ya yi tawaye, wato Shaiɗan, ya zo ya ɓata sha'ani a duniya. Shaiɗan ya zo da nufin hamɓarad da mulkin Allah shi ya sa ya jarabci iyayenmu na farko (wato Adamu da Hauwa'u) domin su yi wa Allah tawaye, abinda ya kawo wa bil Adama la'ana da rashin begen samun ceto.

A cikin wannan al'amarin tawaye ne Allah ya ƙudurta zai tada Mai Nasara, Mai Ceto, wanda zai kuɓutar da dukan al'umma daga wannan la'ana har abada. Ta wurin annabi Ibrahim Allah ya yi alkawari cewa zai aiko da Almasihu (shafaffe). Ya kuma tada bani Isra'ila wanda ta wurinsa Almasihu ya zo duniya. Sa'ad da lokacin da Allah ya shirya ya cika, sai Allah ya aiko da Ɗansa domin ya bayyana darajarsa, ya ceci mutanen Allah, ya kuɓutar da dukan halitta daga hallaka. Yesu ya nuna hikimar Mulkinsa ta wurin

* **maɗaukaki** – Maɗaukaki na nufin wanda ikonsa ba shi da iyaka, mai mulki akan dukan halitta da tarihi.

* **murhuniya** – Murhuniya wata hanya ce ta cewa "kamani uku amma Allah ɗaya." Wani lokaci kalma "murhuniya" akan yi amfani da ita da nufin Allah Ɗaya amma Kamanni Uku.

* **mala'ikanci** – Mala'iku hallitar Allah ne da ba a iya ganinsu da ido, waɗanda suna da iko da hikima fiye da mutum.

koyarwarsa da ikon da ke cikin ayukan al'ajibi da ya yi. Ta wurin ba da ransa da kanshi a kan giciye Yesu ya biya hakin zunubanmu* ya kuma hallaka ayyukan Ibilis. Allah ya ta da Yesu daga mattatu, sannan bayan kwana arba'in ya hau zuwa sama *a matsayin Ubangiji Mai nasara. A kan rana ta hamsin bayan tashinsa daga matattu, sai ya aika da Ruhu Mai Tsarki domin ya kasance tare da almajiran Yesu,*Iklisiya* da ke ƙaruwa ya kuma ba su iko. A matsayin iyalin Uba, na jikin Kristi, da haikalin Ruhu Mai Tsarki, an sa Iklisiya ta riƙa gaiyatar mutane daga ko'ina su haɗa hannu cikin wannan labari na lamarin da muka sami kanmu a ciki. Lokacin da yaƙinmu mai kyau ya ƙare, Yesu zai dawo domin ya kafa Mulkin Allah gaba ɗaya cikin duniya, inda ɓacin zuciya, da cututtuka, da mutuwa za su ƙare, sai dai mulkinsa zai ci gaba har abada tare da mutanensa. Ɗaukaka ga sunansa!

> Akwai wasu tambayoyi musamman da dole su kawu a duk lokacin da muka juya ga labarun Littafi Mai Tsarki, a inda abubuwan ja da baya sun linka kashi biyu har ma uku. Buɗe shafi a wannan littafi na labaru da labari wanda ke cikin Littafi Mai Tsarki ya zama yin gaba-gaba ne da komawa baya kuma. Kamar yadda wani daga cikinmu ya rubuta a wani wuri, "A ainihin lokacin da Allah ya nuna girmansa da ayyukan ban mamakinsa a cikin tarihi domin ya bayyana yadda yake da nufinsa, Allah kuma ya ƙara sa hannu domin ya yantad da matalauta da waɗanda aka danne ma haki". Waɗannan lokatai da Allah ya sa hannu su ma lokatai ne na komawa baya, lokatai ne na lokacin da abinda mutum na iya tsammani ba shi ne mutum yake samu ba, lokacin da waɗanda duniya ake gani ba su isa su bayyana abu daidai kamar waɗanda Mahilicin duniya ya maida su masu muhimmanci.
>
> ~ Ronald J. Sider and Michael A. King.
> *Preaching About Life in a Threatening World.*
> Philadelphia: The Westminster Press, 1987, pp. 56-57.

---

* **zunubi** – Zunubi shi ne kasa yin abinda Allah ya ke so, ta wurin maganarmu, abinda muke yi, ko abinda muke tunani

* **tashi zuwa sama** – Yesu ya tashi ƙiƙiri daga ƙasa ya tashi cikin sararin sama a lokacin da mabiyansa suna tsaye suna kallon shi. Bayan mutuwarsa, da tashinsa, da hawan shi zuwa sama wani nuni ne na barin duniya cikin nasara zuwa inda zai zauna kan kursiyi a sama a matsayin Sarki mai nasara. Wannan ya sa zuwan Ruhu Mai Tsarki ya kankama, wanda zai ba Krista a ko'ina iko a cikin duniya.

* **alamjirai** – Almajiri, ɗalibi, ko mabiyin Yesu Almasihu. Kowane Krista almajiri ne. Wani lokaci kalma "almajiri" ana amfani da ita ta hanyoyi na musamman da nufin mutane sha biyu waɗanda Yesu ya zaɓa domin su yi hidima tare a lokacin da yake a duniya

* **Iklisiya** – Iklisiya gungun mutanen Allah ne waɗanda suka yi imani da Yesu a matsayin Ubangiji, masu aiwatar da nufinsa a duniya, sun haɗa da kowa da kowa da waɗanda suka gabata, da na yanzu da masu zuwa, daga kowane wuri a duniya kuma gaba ɗaya cikin tarihi.

> Idan ba Yesu, Littafi Mai Tsarki rufaffen littafi ne. Karanta shi tare da Yesu a tsakiya, babban labari ne da aka taɓa bayarwa. Idan aka maida Littafi Mai Tsarki littafi ne kawai na nuna yadda ake rayuwa an wofinta shi ke nan. Bisa ga manzanni – da Yesu kan shi – Littafi Mai Tsarki kamar wani kwaikwayo ne mai faiycewa da Yesu Kristi a matsayin babban ɗan wasan.
>
> ~ Michael Horton. *Christless Christianity.* Grand Rapids, MI: Baker Books, 2008, page 142.

Lamarin da Muka Sami Kanmu a Ciki
Darasi na 1. Nazarin Littafi Mai Tsarki

Karanta nassoshi na biye sa'anan ka ba da amsa a taƙaice na tambayoyin da ke tattare da kowace koyarwa ta Littafi Mai Tsarki.

1. *UBANGIJI Allah ne kaɗai Allah, kuma shi ne mahilicin duniya.* Karanta Farawa 1:1-3:15.

    a. Mene ne Allah ya yi a cikin wannan Labari?

    b. Mene ne Adamu da Hauwa'u suka yi a cikin wannan Labari?

    c. Mene ne maciji ya yi a cikin wannan Labari?

2. *Allah ne ya yi dukan mutane kuma suka kasance ta wurin nufin Allah da ikonsa.* Karanta Ayyukan Manzanni 17: 24-31. Ka lisafta abubuwa uku da Bulus ya yi bayaninsu game da Labarin Allah a lokacin da yake magana da Ateniyawa.

3. *Allah ya yi magana ga dukan bil Adama ta wurin halitta, ta wurin annabawan Isra'ila, a cikin kwanakin ƙarshe kuma ta wurin Yesu Kristi.* Karanta Ibraniyawa 1: 1-4

    a. Ta yaya marubuci ya bayyana yadda Allah ya yi magana da ɗan adam?

    b. Wane muhimmanci marubuci ga Ibraniyawa ya ba Allah game da magana da mu ta wurin Yesu?

4. *Allah ya hađa labarin ta wurin zama cikin jiki irin na mutum da zama a duniya!* Karanta Yahaya 1: 1-14.

   a. Wane ne "Kalma," kuma mene ne dangantakarsa da Allah?

   b. Mene ne dangantakar Kalmar da halitta?

   c. Ga wađanda suka ba da gaskiya ga Kalmar, me suke karɓa, kuma yaya ake "haihuwarsu"?

5. *Labarin ƙaunar Allah wanda aka bayar a cikin Yesu shi ne ake so a gaya wa dukan mutane, a ko'ina.* Karanta Matta 28: 18-20. Wane umarni ne Yesu ya ba mabiyansa?

6. *Bishara ita ce albishir, labari mai dađi na ceto da ya taƙaita al'amarin da muke ciki yanzu.* Karanta 1 Korantiyawa 15: 1-8.

   a. Mene ne Bulus ya ce shi ne abu muhimmi na farko?

   b. Mene ne "alheri", kuma me ya sa Bishara koyaushe ta ke magana game da alheri?

   c. Bishara saƙo ne game da abinda Allah ya yi a cikin Kristi. Mene ne ya faru?

   d. Bayan da Yesu ya gama aikinsa, ga wa kenan ya bayyana kansa?

7. *Yesu Banazare shi ne cibiyar Labarin Allah – rayuwarsa, da mutuwarsa, da tashinsa daga matattu.* Karanta Markus 1:1-13. Lokacin da aka yi ma Yesu baftisma, ka kwatanta yadda Allah ya bayyana kansa a matsayin Uba, da Đa, da Ruhu Mai Tsarki.

a. Uba	_____	Kamar Kurciya
b. Đa	_____	Murya daga Sama
c. Ruhu Mai Tsarki	_____	Yesu Banazare

8. *Labarin da Allah ya ke faɗi a cikin Yesu labarin maidowa ne, na warkaswa, da albarku ga ƙuntattu da matalauta.* Karanta Ishaya 61: 1-14. Ka lisafta ambato da Ishaya ya yi na cewa Yesu zai yi idan ya zo domin maido ɓatattu.

Sunana Nee. Suna ne da kamar ya ɗan yi yawa na Chinese. Yaya na sami wannan suna? Ban zaɓa ba. Ba ta wurin nema a cikin jerin sunayen Chinese ba. Cewa sunana Nee a gaskiya ba yi na ba ne ko kaɗan, kuma, duk da haka, ba abinda zan iya yi domin in gyara shi ko in canza shi. Ni ne Nee saboda babana shi ma Nee ne, kakana shi ma Nee ne. Idan ina yi kamar Nee, na zama Nee ke nan, ko na riƙa yi ba kamar Nee ba ni dai Nee ne har yanzu. Idan na zama shugaban jamhuriyar Chinese ni a Nee na ke, ko idan na zama mai bara a rariya/titi har yanzu dai ni Nee ne. Ba abinda na ke yi ko ƙin yi da zai sa ni in zama wani abu banda Nee.

Mu masu zunubi ne, ba saboda mu kanmu ba amma saboda Adamu. Ba saboda ni karan kaina na yi zunubi shi ya sa na ke mai zunubi ba, amma saboda ina cikin Adamu wanda ya yi zunubi. Saboda tun ta wurin haihuwa na zama Adamu, saboda haka ina tare da shi. Bugu da ƙari, ba abinda zan iya yi domin in canza wannan hakan. Ba zan iya ba, ko ta wurin gyara yadda na ke tafiyar da al'amurana, ko in maida kaina dabam da Adamu, duk dai zan kasance ni mai zunubi ne.

~ Watchman Nee. *The Normal Christian Life.*
Fort Washington, PA: Christian Literature Crusade, 1974, p. 26.

A Takaice

Bisa ga Littafi Mai Tsarki, Ubangiji Allahn Ibraniyawa shi ne kaɗai, ɗaya, Allahn gaske wanda ya bayana kanshi a matsayin Allah, Uku cikin ɗaya(Uba, da Ɗa, da Ruhu Mai Tsarki). Allah ya gaya mana a cikin gawurtaccen Labari (wato..epic) wanda ya yi magana akan ƙaunarsa da ƙudirin da ya yi na ceton halittarsa daga lalacewa. Allah ne mahaliccin duniya baki ɗayanta, wanda ya yi dukan komi daga ba komi (ex nihilo), ya yanke shawara cewa zai ta da mutane wanda ta wurinsu Shugaba da Mai Ceto zai zo. Ko da ya ke da fari bai yi mutane da zunubi ba, tawaye suka yi ma shi, suka "faɗi wajen alherinshi", wanda ya zama dalilin jawo wa halitta da bil adama la'ana, da ta ke ƙarasawa a mutuwa. Allah ya yi alkawarin aiko da Mai Ceto wanda zai biya farashin zunubanmu, ya ɗauki hukuncin rashin biyayyarmu, ya ba mu rai na har abada ta wurin bangaskiya. Yesu Banazare shi ne wannan Mai Ceto wanda ya mutu domin ya yantad da mu. Yanzu, ta

* **faɗuwa daga alherinshi** – Lokacin da Adamu da Hauwa'u suka haɗa kai da Shaiɗan yin tawaye, sai zunubinsu ya raba su da cikakkiyar dangantaka da Allah; abinda suka yi ya raba su da Allah ya kuma kawo mutuwa ga duniya.

wurin bangaskiya a cikinshi, za mu iya samun ceto daga hukunci da ikon zunubi, mu kuma sami rai madauwami – za mu iya haɗa kai wajen ba da labarin da Allah ya ke fadi!

Apendis

Apendis da suka shafi wannan darasi da za ka yi bincikensu da tunani akansu su ne waɗannan:

Ga ta, ga ta nan (Ap. na 1)
Labarin da Allah Ya Ke Bayarwa (Ap. na 2)
Daga Farkon Lokaci Zuwa Nan Gaba (Ap. na 6)
Inuwa da Abinda Ke Na Kwarai (Ap. na 7)
Yesu Almasihu, Jigo kuma Kan Magana Na Littafi Mai Tsarki (Ap. na 22)
Shaidar Bangaskiya Ta Nicene ["Nicene Creed"] (Ap. 24 da 25)
Shaidar Bangaskiya Ta Manzanni [The Apostles' Creed] (Ap. na 26)

> Sai duniya gaba ɗaya ta zama dandali, kamar yadda aka ce. Wannan kuma ya fi bayyana ta wurin kwaikwayon da ake gani wanda za a iya kiran shi "Rashin Jituwa Tun Zamanin Zamanai" ("Conflict of the Ages"). Yadda abin ke a shinfiɗe a cikin Littafi da kuma tarihi suka bayyana yaƙin da ke tsakanin mulki biyun nan a cikin wanda muma muke yin namu bisa ga shirin Allah. Bisa ga wannan manufar Mulkin Allah a cikin tarihi ne ya sa marubutan Littafi Mai Tsarki suka yi rubutu suka kuma fassara Nassi.
>
> ~ James DeYoung and Sarah Hurty. *Beyond the Obvious.* Gresham, OR: Vision House Publishing, 1995, pp. 83-84.

Kwayar Magana

Allah Maɗaukakin Sarki ya zo duniya a cikin Yesu Banazare, ya sulhunta duniya da shi ta wurin mutuwarsa a kan Giciye
(2 Korantiyawa 5:19).

Al'amuran da Za a Bincika

Karanta waɗannan al'amura na bincike da ra'ayoyi, san nan ka ba da amsoshi da haske akan ma'anar da suka bayas, bisa ga ayoyin da ka bincika a sama.

1. **"Ban yi tsammani akwai Allah ba."** A wurin aiki daidai lokacin abincin rana, Janice na tattaunawa da abokiyar aikinta Leah akan ra'ayi na yadda duniya ta kasance. Leah ta ba da gaskiya sosai cewa ba wata shaida ko kaɗan mai nuna cewa akwai Allah, ko wani alla a duniya. Dukan addinai suna da ra'ayi dabam dabam na ko wane ne Allah, alloli nawa ne ke akwai, kuma mene ne suke ɗauka tsarkakan rubuce – rubuce. Janice mai bi ce wadda ta yarda cewa Ubangiji ne ya halicci duniya, kuma halitta da kyaunta ta fi ƙarfin a ce ta' samu ne haka kawai, ba manufa ko ma'ana. Idan kai ne Janice, yaya za ka faɗa ma Leah game da Nassoshin da ka bincika akan abinda Littafi Mai Tsarki ya ce game da Allah da halittar duniya da ya yi?

2. **"Me zai hana Allah ya canza abubuwa yanzu?"** A cikin binciken Littafi Mai Tsarki tare da wasu sabbin tuba, tambayar da ta fito ita ce, "Idan Allah shi ne mahalicci, kuma yana aikata dukan abu tare, me ya sa miyagun abubuwa ke faruwa a cikin duniya?" Wasu sun yarda cewa Allah bai san komi game da duk abubuwan da ke faruwa ba, wasu kuma suka ce Allah ya sani, amma kawai ya ƙi ya sa hannu a cikin abubuwan da ke gudana. Bisa ga abinda ka sani yanzu, yaya za ka amsa tambaya mai cewa, me ya sa abubuwa suke tafiya yadda suke tafiya a cikin duniya'? Ta yaya abinda muka koya a wannan darasi zai taimake mu gane dalilin da ya sa Allah ya kan bar mu shiga wahala, a ƙalla a wasu 'yan lokatai?

3. **Ba wasu hanyoyi da Allah zai iya bi?** Mutane da yawa a yau sun yarda cewa dukan addinai muhimmancinsu ɗaya ne kuma akwai hanyoyi da yawa na zuwa wurin Allah. Kamar a ce ana gindin tsauni(dutse), sai ga mutane kashi kashi kowa na ƙoƙarin hawa zuwa saman tsaunin daga wurin hawa dabam dabam. Dukansu manufarsu ta su hau kan dutsen ne(inda mai komi mai kowa ya ke), amma hanya dabam suka bi, daga gefe dabam dabam, da ra'ayi dabam dabam game da hanya. Jin kaɗan ('yar mahawara ta tashi) sai duk mahaya tsaunin(addinan duniya) za su sami hanya ta zuwa saman tsaunin (a ruhaniyance da ta fuskar sanin Allah). Bisa ga wannan ra'ayi, duka addinai daidai suke, dukansu suna faɗin gaskiya game da Allah, kuma za a iya bin kowannen su domin a gamu da Allah. Ta yaya bincikenmu ya yi magana game da wannan irin tunani game da hanyoyi da yawa na zuwa gun Allah?

Magama

Yanzu da ka tuba (ka juya wa zunubi baya), ka ba da gaskiya ga Yesu Banazare a matsayin Ubangijinka, an maye haihuwarka daga sama, ka zama yaron Allah ta wurin bangaskiya a cikin Bishara. Wannan na nufin cewa Allah ne ya zaɓe ka, kuma yana cikin gawurtaccen shirin ceton ɗan adam domin ɗaukakarsa. Ba kawai kana karatu game da Labari da shirin Allah ba, kai ma ka haɗa kai da shirin ne! Yanzu ka haɗa kai da Yesu ta wurin bangaskiya, kuma an gafarta maka zunubanka, an shigar da kai cikin iyalinshi, an kuma shigar da kai cikin sojojinsa. Daga lokacin da ka ba da gaskiya da Yesu, ka haɗa kai da Labarin ke nan!

Wannan na nufin yanzu kana bukatar ka sami sani game da Labarin, abinda Allah ya ke yi, yadda ya ke so ka yi rayuwa, da yadda zai yi amfani da kai ya taimaki wasu su shiga cikin Labarin ƙauna da ceto ma. Kada ka ji tsoro; Allah ya ba ka Ruhunsa Mai Tsarki domin ya koya maka, ya ba ka Maganar Allah domin ta riƙa koya maka abubuwan da za ka yi da yadda za ka yi su tare da samun sanin wasu abubuwa, ga Iklisiyar masu bi a shirye domin ta zama abokiyarka, ga iko da ke samuwa na addu'a wadda za ta taimake ka ka sami duk abubuwan da ka ke bukata domin ka yi rayuwar da za ta bayyana wannan babban Labari a cikin sabon ranka.

Yanzu kana da sabbin abokai, sannan kuma da sabbin magabta! An cece ka daga ikon duhu, yanzu kuma dole ka koyi yin tsayayya da ƙarairayin iblis, jarabobin duniya, da tsoffin halayen tsohuwar rayuwa. Samun ceto shi ne ka zama a gefen Allah mai cike da gwagwarmaya domin zuciya da tunanin mutane a ko'ina. Amma, kada ka damu! Allah ya riga ya ba mu dukan abubuwan da muke bukata domin yin rayuwa ta Krista, domin mu daɗaɗa masa, mu ɗaukaka Allah, mu kuma iya shawo kan magabci da babban Labarin da mu ma muna ciki.

Ka keɓe ɗan lokaci domin ka gode wa Allah da ya jawo ka wurin shi, da ya maida kai yaron shi, ya ba ka rai madawwami. Ka roƙe shi ya ba ka ƙarfi da taimakon da ka ke bukata domin ka ci gaba da koyo da girma a matsayin almajirin (mai bin) Yesu, da kuma soja a cikin rundunarsa. Har abada ba zai bar mu, ko ya ƙyale mu ba.

Barka da zuwa cikin iyali, kuma barka da zuwa domin haɗa kai domin yaƙi!

Tabbaci

An halice ni cikin kamannin Allah, ko da yake da ni abokin gaban Allah ne, yanzu an zaɓe ni domin in sa hannu cikin wannan shiri da Allah ya ke da shi na dawo da abin da ya ɓata a lokacin da mutum ya faɗi.

Addu'a

Shekara aru-aru ana amfani da Addu'ar Ubangiji a cikin Iklisiyai, bisa ga koyarwar Ubangiji Yesu wa almajiransa a cikin Matiyu 6:9-13 da Luka 11:2-4

Ubanmu wanda ke cikin sama, a ɗaukaka sunanka. Mulkinka shi zo, bari a yi nufinka a cikin duniya, kamar yadda ake yinsa a cikin sama. Ka ba mu abincin yau da kullum. Ka gafarta mana laifofinmu kamar yadda muke gafarta wa waɗanda suke yi mana laifi. Kada ka kai mu cikin jarraba, amma ka cece mu daga mugu. Gama mulki, da iko, da girma naka ne har abada. Amin.

Kuka Daga Zuciya Ga Ubangiji

Allah Madawwami, Ubana, na gode maka da ka bayyana mani babban Labari da shirinka a cikin Littafi Mai Tsarki. Ka halicci sama da ƙasa, kuma kai ne ka yi ni, kai ne Allahna. Na gode da ka buɗe mani zuciyata domin in ji Bisharar ceto, mai miƙa rai madauwami ga dukan mutanen da suka ba da gaskiya ga Yesu. Na karɓi ƙaunar da ka yi mani da ceton da ka yi mani. Ka sa ni a cikin Labarinka. Ka taimake ni, ta wurin Ruhunka, in koyi yadda zan rayu domin in ɗaukaka ka – ina tsayawa daram ina gaba da abubuwan nan da za su nemi su janye ni nesa da kai domin in koma duniya. Ka ba ni alherinka domin in daɗaɗa maka yau. A cikin sunan Yesu, amin.

Domin Ƙarin Bincike

*A **www.tumi.org/sacredroots**, akwai sashe da aka keɓe musamman domin masu neman rubutattun ƙarin bayani da kuma kayan kallo.*

Norman Geisler. *To Understand the Bible Look for Jesus.* Eugene, OR: Wipf and Stock Publishers, 2002.

Domin Sashe na Biye

A cikin sashe na gaba, za mu dubi **Abinda Muka Iya Yi** wanda ya ƙunshi waɗannan kawunan magana:

1. Shaiɗan ya sha kaye a gun Yesu, ya shirya mana hanya ta shiga Mulkin Allah.
2. Ta wurin tuba da bangaskiyarmu, ta alherin Allah aka yi mana baftisma zuwa cikin jikin Kristi.
3. An ba mu Ruhu Mai Tsarki a matsayin tabbacin gadonmu.

Haddacewa

1 Yahaya 3:8

Aikin Yi a Gida

1. A kan wata takarda dabam, ka rubuta a taƙaice Labarin Littafi Mai Tsarki. Ka nuna wa wani dattijo a cikin bi a iklisiyarka abinda ka rubuta.
2. Karanta apendis "Yadda Za a Fara Karanta Littafi Mai Tsarki."
3. Ka fara bin shirinka na karanta Littafi Mai Tsarki ko wace rana.

Darasi na 2

Shigar Da Muke Yi

Yin Na'am Da Abinda Za Mu Yi A Cikin Duniya Mai Rufami Na Tun Zamanai

> A cikinsa ne ku kuma da kuka ji maganar gaskiya, wato, bisharar cetonku – a cikinsa, sa'ad da kuka ba da gaskiya kuma, aka hatimce ku da Ruhu Mai Tsarki wanda aka alkawarta. Shi ne kuwa tabbatawar gadonmu har kafin mu kai ga samunsa, wannan kuma domin yabon ɗaukakarsa ne.
>
> ~ Bulus zuwa Afisawa 1:13-14

Manufa

A ƙarshen wannan sashen, za ka rungumi *Shigarwar da Muka Yi* ta wajen yarda da cewa:

- Ta wurin rayuwarsa marar zunubi da mutuwar da ya yi a madadinmu, Yesu ya kada Shaiɗan ya kuma shirya hanya ma waɗanda suka ba da gaskiya su shiga mulkin Allah.
- Ta wurin tuba (juyawa ga Allah daga zunubi) da bangaskiya (gaskatawa da gaskiya game da aikin Yesu), da alherin Allah wanda ta wurinshi aka yi mana baftisma zuwa cikin jikin Kristi.
- An ba mu Ruhu Mai Tsarki a matsayin tabbaci na gadonmu.

Addu'a Ta Buɗewa Domin Hikima

Allah na sama, Ubana, ka ce a cikin maganarka cewa kai ne tushen dukan sani da hikima. Ina haƙiƙancewa da wannan gaskiya ne, ya Uba, kuma ina roƙo ka sa mani wannan hikima daga sama, domin in iya bambance kalmar gaskiya (2 Timoti2:15). In ka yarda ka umurta mani, ka koya mani ta hanyar da zan bi (Zabura 32:8), ka kuma bishe da ƙafafuna. Ka sa in kasa kunnuwana ga muryarka, ka yi mani gyara yanzu a yadda nake yin tunani da magana, ka bi da ni kan hanya inda na kauce.

Uba, ka ba ni baiwar ganewa da rabewa, in iya sani a lokacin da nake bincike bambanci tsakanin koyarwa mai kyau da marar kyau, ruhun Allah da mugun ruhu, da sanin baye baye. Ka nuna mani ta wurin Ruhu Mai Tsarki mene ne nufinka, ka kuma ba ni haske na yadda zan iya bin nufinka da dukan zuciyata.

Ya Ubangiji, in ka yarda ka taimakeni in zama mai saurin ji da sauraro, mai jinkirin magana da rashin saurin fushi (Yakubu 1:19). Bari kalmomin bakina da tunanin zuciyata su zama abin karɓa a gaban ka. Ka bar ni in faɗi gaskiyarka da hikima domin ya zama duk wanda na yi magana da shi ya gane ya kuma ƙaru da gaskiyarka.

Ka koya mani yanzu a cikin wannan bincike a lokacin da nake karɓar Maganarka da umurninka. Na roƙi waɗannan a cikin sunan nan mai ƙarfi na Yesu, Ubangijina da Mai cetona, Amin.

Gamuwa

1. **"Me ya sa Shaiɗan ya ke ƙin mu – ba mu yi mashi komi ba, ko mun yi ne?".** A cikin wata 'yar ƙungiya ko a ce wani *gurup* na binciken Littafi Mai Tsarki na sabbin tuba, lokacin da suke bincike akan Labarin Littafi Mai Tsarki sai suka gane cewa Shaiɗan yana yin ruɗi da ƙarya ta haka ya kada Adamu da Hauwa'u, ya sa suka yi zunubi. Ɗaya daga cikin ɗaliban ya tambayi shugaba da cewa, "Ban gane ba. Me ya sa Shaiɗan ya zama sai da ya ruɗe su, ya yi masu ƙarya domin ya sa su cikin damuwa, komi ya dagule? Me suka yi ma shi – me ya sa ya ke ƙin mutane da yawa haka?" Bisa ga abinda ka sani yanzu haka game da Littafi Mai Tsarki da Labarin, me ya sa a tunaninka Nassoshi suka ce Shaiɗan yana suka, yana ruɗi, yana kuma kashe da mutane da yawa? Me ya sa shi yin haka tun daga farko?

2. **"Daidai ne, Na yarda, amma ban tsammani na yi shirin shiga cikin duka ba – a ƙalla, ba yanzu ba."** Lokacin da Marsha ta ba da labarin ceton da Allah ya shirya na samun rai madauwami ga ɗan'uwanta Ralph, sai ta sami kanta a wani yanayi na rasa abinda za ta ce ko za ta yi. Sai Ralph ya ce ma Marsha cewa abinda Allah ke bayarwa na da daɗin ji, kuma mai jan hankali ne, sai dai game da juyawa ga Allah a bar zunubi, shi ne wani abu. (Ralph ya shiga cikin irin wasannin nan na na'ura mai kwakwalwa, ya yi nisa sosai a ciki, wasun su baƙaƙen ayyuka ne masu wanzar da ayyukan iblis.) Da jin shaidar Marsha game da labarin ceto, sai Ralph ya ce, "A gaskiya na ga irin ƙaunar da Allah ya ke da ita da har ya aiko Yesu – abin al'ajibi ne kwarai. Amma, a gaskiya, yanzu haka, ban yi tsammani zan miƙa kaina gare shi ba, musamman idan ana nufin dole in canza komi, in rabu da wasu abubuwa da na ke yi yanzu haka. Wannan zai yi mani wuya. Ba zan iya yarda da Yesu daga nan shi ke nan ba? Me ya sa, kamar yadda ki ke cewa sai na 'tuba daga zunubaina'? Ban yi tsammani na shirya domin irin wannan miƙa kai ba tukuna. Akwai wata hanya, hanyar da ba sai an shiga zancen tuba ba? Ta yaya Marsha za ta ba Ralph amsa game da wannan batu mai cewa– kana bukatar ka tuba daga zunubanka domin a cece ka? Yi bayani.

3. **"Yanzu da kai almajirin Yesu ne, ka zama abin kai ma hari."** Yayinda mutane da yawa suna magana akan bangaskiyar Krista a matsayin ƙaunar Allah da alherinsa, kamar kaɗan ne suka gane cewa ba da gaskiya shigarwa ce cikin mayaƙa na gefen Allah. Gaskiyar ita ce, da zarar mutum ya tuba ya ba da gaskiya ga Yesu, to fa an shiga yaƙi ke nan, abinda wani Krista marubuci ya kira "uwar dukan yaƙi". Cewa "I" ga Kristi da mulkinsa a daidai wannan lokaci kana cewa "A'a" ma jarabobin duniya, da kwaɗayin kayan duniya wadanda zuciya ko tsohon mutum mai zunubi ya ke so, da ƙarairayin magabci. Yawancin waɗannan ƙarairayi sun riga sun maida mu wasu abubuwa dabam – da muka yarda da su da tsawon lokaci. Zama Krista na

nufin zama soja, da kuma zama abin kai ma hari daga wurin masu ƙiyayya da Allah. Ta waɗanne hanyoyi ne ka ga aukuwar haka a cikin rayuwarka daga lokacin da ka karɓi Yesu Kristi a matsayin Mai Ceto da Ubangiji?

Abinda Za a Koya

A cikin sashe na ƙarshe da muka duba(**Al'amarin da Muka Sami Kanmu a Ciki**), mun koyi cewa Labarin Allah na ceto a cikin Kristi, zaunanne ne a cikin Littafi Mai Tsarki, ya ba da amsar babbar tambaya akan rayuwa. Amma duk da ban al'ajibi na wannan gawurtaccen Labari ba kawai domin mu ji dadinsa kamar wasan kwaikwayo irin na zamani, wanda akan manta da shi ba. Idan muka ji labarin Allah na ceto da maidowa cikin Kristi, daga nan fa ya zama dole a yanke shawara ta haɗa kai da Allah. Dole mu karɓi shaidarsa game da Labarin shi, mu yi na'am da gaskiyar, mu bari ya zama namu labarin, sai mu ci gaba da sa hannu cikin yin yaƙi mai kyau na bangaskiya. Dole mu juya zuwa ɗaya gefen, mu da kanmu mu sa kanmu cikin bataliyar Ubangiji.

Ba ta wurin amfanin kanmu ba, sai dai ta wurin cikakken jinƙan Allah, ta wurin mutuwar da Kristi ya yi a madadinmu, yake gayyatar dukan 'yan adam su zo su shiga. Kira zuwa ga ceto kira ne zuwa ga shiga yaki – daga mulkin duhu zuwa mulkin haske, tashi daga yin rayuwa don kanka, zuwa zama wakilin Yesu Kristi Ubangiji, kana bin shi a cikin duniyar nan da ke a karkace kuma a yamutse.

*Tuba – Tuba na nufin sake zabe a cikin zuciyarka, don ka juya ka bi wata hanya, ka koma kan hanyar da Allah ke so. Lokacin da ka tuba ka yarda da Allah cewa kana kan hanyar da ba daidai ba, yanzu ka sake halinka za ka yi abin da Allah ke so.

Idan ka furta halin tawayenka da zunubi, ka juya ka tuba* ka kuma roƙi Allah gafara ta wurin mutuwar Yesu a kan giciye, Allah zai tsarkake ka ya sa ka zama da dagantakar da ta dace da shi. Zai sa ka cikin jikin Kristi, iyalin Allah, Iklisiya. Daga ranar da muka sami ceto, Allah Ruhu Mai Tsarki zai zauna a cikinmu, sa'an nan zai ba mu iko kullum mu iya girmama Allah, mu bauta wa Kristi mu kuma yi aikinsa.

Ruhu Mai Tsarki shi ne soma taɓi na cikakkar kyautar Allah da za ta zo gare mu lokacin da Yesu zai dawo. Ruhu shi ne tabbacin gadon da muke da shi a nan gaba cikin Kristi, tuba daga zunubi da kuma manne wa Kristi ta wurin bangaskiya shi ne sakewar da za ka yi wa biyayya, daga mulkin Shaiɗan zuwa mulkin Allah. Lokacin da ka yi haka, ka haɗu da duk wanda ke ba da gaskiya ga Allah ta wurin bangaskiya ke nan kuma an cece su daga fushi mai zuwa. Baftisma* da ruwa yadda Yesu ya umarta domin dukan masu ba

* **Baftisma** – Baftisma abu ne da aka saba yi ma duk wadanda suka ba da gaskiya, wadda ake yinta ta wurin amfani da ruwa a jikin mutum mai nuna an shigar da kai cikin Jikin Kristi. Tana iya zama ta wurin nutsawa kamar yadda aka yi ma Yesu, ko a zuba ma mutum ruwa a kai, ko ta wata hanya dabam. Kalmar nan 'baftisma' an same ta ne daga wurin kalmar nan "baptidzo"; ma'ana ita ce a "sanya mutum a ciki." Saboda haka tana da muhimmanci domin nuni ne a bainar jama'a na lallai wani sha'ani na ruhaniya ya faru; nuni ne cewa yanzu an sanya ka a cikin Kristi. Ya zamana dole ne kowane mai ba da gaskiya a yi mashi baftisma saboda Yesu ya ce dukanmu mu yi domin nuna wa jama'a cewa mu masu goyon bayansa ne.

da gaskiya, alama ce a waje ta wannan aiki na ciki na alherin da Ruhu Mai Tsarki ya yi a cikin mu domin ya haɗa mu da Kristi shi Ubangijinmu da shugabanmu, kuma don mu nuna biyayyarmu da miƙa kanmu ga Ubangiji wanda ya tashi daga matattu, a matsayinmu na masu binsa.

> Sanin Yesu a matsayin Mai Ceto da Ubangiji shi ne shiga soja. Ko ka sani ko ba ka sani ba, ka riga ka shiga.
>
> ~ John White. *The Fight.* Downaer Grove, IL: InterVarsity Press, 1976, p 217.

Shigar da Muke Yi
Nazarin Littafi Mai Tsarki na 2

Karanta nassoshin na biye sa'an nan ka amsa tambayoyin da suka shafi koyaswar da ta ke cikinsu.

7.1

1. Kalman nan ya zama mutum, yana ba wa masu ba da gaskiya ceto. Karanta Yahaya 1:10-14.

    a. Bisa ga faɗar Yahaya wane ne wannan kalma, kuma menenemene ne dangantakarsa da Allah?

    b. Mene ne dangantakar kalman nan da Yahaya mai yin baftisma? Mene ne dangantakarsa da duniya?

    c. Ta yaya Allah ya ke ba mutane iko su zama 'ya'yan Allah?

    d. Ta yaya muka zama 'ya'yan Allah? (Ka zaɓi amsar da ta fi yin daidai):
        i. Ta wurin haihuwa irin ta 'yan Adam.
        ii. Ta wurin nufin mutum, wato miji da mata.
        iii. Ta wurin haihuwar Allah, wato maye haihuwa.

2. An ba mu ceto daga zunubi da mutuwa ta wurin alherin Allah, ta wurin bangaskiya. Karanta Afisawa 2:1-10.

a. Ta yaya manzo* ya bayyana yadda 'yan Adam suke da dangantakarsu da Iblis ("sarkin masu iko na sararin sama"), kafin su tuba su ba da gaskiya ga Kristi?

b. Ka lisafta abubuwa uku na gaske game da rayuwarka kafin Allah ya cece ka ta wurin jinƙansa.
   i.
   ii.
   iii.

c. Yaya muka sami ceto?(Ka zaɓi amsar da ta fi yin daidai)
   i. Ta wurin bangaskiya (a matsayin kyauta daga wurin Allah)
   ii. Ta wurin ayyukanka masu kyau (saboda haka za ka iya buga ƙirji)

d. Saboda wane dalili aka cece mu – me Allah ya ke so mu zama, mu kuma yi, yanzu da aka cece mu?

3. Yesu ne kaɗai ya yi nasara da Shaiɗan domin ya kuɓutar da'yan Adam, ya maida halitta inda suke. Ka karanta Luka 11:14-23.

   a. Wane zargi ne maƙiyan Yesu suka yi masa bayan da ya fitar da beben aljani daga wani mutum?

   b. A cikin amsar, mene ne Yesu ya ce ke faruwa da ya mulkin da rabu kashi biyu?

* **manzo** – Manzo shi ne "wanda aka aika." Akan mori kalman nan ta hanyoyi biyu a ciki Littafi Mai Tsarki. Yawancin lokaci ana nufin waɗanda Yesu da kansa ya aike su, su yi masa aiki, har da almajirai 12 da suka yi hidima tare da Yesu sa'anda ya ke duniya. Amma kuma akwai Bulus wanda ya ji kira ta musamman daga wurin Yesu domin aikin bishara. Mun karanta labarinsa a cikin Ayyukan Manzanni sura 9. Manzanni sun ba da labarin abinda suka gani ne da idanunsu kuma yana da muhimmanci sosai a gare mu saboda shaidar da suka bayar ta sa muka san duk abinda muka sani game da Kristi (Duba 1 Yahaya 1:1-4 da 2 Bitrus 1:16–18). Shi ya sa Shahada ta Nicene ta ke ce da bangaskiyarmu ta "manzanni;" muna fasarta Littafi Mai Tsarki da tarihin mutum akan abinda manzanni suka ce. Hanya ta biyu da ake morar kalman nan 'manzo' ita ce 'sa'anda ake zance akan waɗanda Ruhu Mai Tsarki ya aika su yin hidima ta musamman. Su ne muke kira 'mishanari' a wannan zamani, wato mutane da aka aike su domin wani aiki na musamman kamar kafa Iklisiyu.

c. Mene ne Yesu ya ce ke faruwa idan ya fid da aljannu da "yatsan Allah" (wato Ruhu Mai Tsarki na Allah)?

d. Yaya Yesu ya kwatanta ikonsa na cin nasara bisa "mai ƙarfin nan" (wato iblis) a cikin misalin da ya bayar?

e. Misalin da Yesu ya bayar a Luka 11 yana a bayyane cikin 1 Yahaya 3:8. Mene ne dalilin da ya sa Yesu ya zo duniya?

4. Allah Uba ya bai wa Yesu Banazare cikakken ikon yin shari'a da ba da ceto. Ka karanta Yahaya 5:19-27.

   a. Yaya Yesu ya bayyana dangantakar da ke tsakanin aikin da ya ke yi da aikin da Uban ke yi?

   b. Idan mutane suka ƙi su girmama Kristi, me haka ke cewa game da dangantakarsu da Uban?

   c. Mene ne Yesu ya ce akan waɗanda suka ji maganarsa suka ba da gaskiya ga Wanda ya aiko shi?

      i. Yana da rai ________________.

      ii. Ba za a yi masa ______________ba.

      iii. Ya ƙetare _________zuwa rai.

5. Babu mutumin da za a ce da shi mai adalci saboda ayyukansa na kirki; dukanmu an maishe mu masu adalci a gaban Allah ta wurin ba da gaskiya ga Yesu Almasihu ne kaɗai. Ka karanta Romawa 3.9-28.

   a. Ka lisafta hanyoyi uku inda da aka bayyana halin mutum a gaban Allah.

      i.

      ii.

      iii.

b. Ka rubuta abubuwa guda uku da Bulus ya ce game da yadda muka zama masu adalci a gaban Allah.

i.

ii.

iii.

c. Ta yaya kenan muka zama masu adalci(aka maida mu masu adalci) a gaban Allah ba tare da yi wa doka biyayya ba?

6. An sake haihuwarmu zuwa ga sabon rai ta wurin ba da gaskiya ga Yesu Almasihu. Ka karanta Yahaya 3:1-21.

a. Ina dalilin da ya sa ya zama dole a sake haihuwar mutum domin ya sami shiga Mulkin Allah?

b. Yesu ya yi nuni da wani labari a cikin Tsohon Alkawari, a Littafin Ƙidaya sura 21 domin ya taimaki Nikodimus ya gane yadda Yesu zai mutu a kan giciye saboda zunuban 'yan adam. Da me aka yi kwatanci a cikin labarin, me kuma aka bukaci mutane su yi domin su sami warkaswa? Yaya Yesu ya mori labarin domin ya koyar da Nikodimus (daga aya ta 15)?

c. Ka cika inda aka bari a layin da aka ja (aya 14-17)

i. Dole ne a ɗaga Ɗan Mutum, domin ______________________ ______________________________________.

ii. Gama Allah ya ƙaunaci duniya sosai har ya ba da makaɗaicin Ɗansa, domin ______________________________

iii. Gama Allah bai aiko Ɗansa duniya domin __________, amma domin duniya ______________________________.

7. *Ko da ya ke mu ma a da wawaye ne, marasa biyayya, yanzu ta wurin bangaskiya da alherin Allah cikin Yesu muka zama 'ya'yan Allah. Ka karanta Titus 3:1-8.*

    a. Yaya muke a matsayinmu na sabbin masu ba da gaskiya muke dangantaka da:

        i. Masu mulki da hukumomi,

        ii. Dukan mutane.

    b. Ka bayyana yadda muke kafin mu tuba da bayan mun ba da gaskiya ga Kristi.

    c. Me ya faru da mu sa'ad da aka "bayyana abubuwa masu kyau da ƙaunar Allahnmu da kirkinsa" a garemu?

    d. Yaya za mu yi rayuwa yanzu da aka cece mu ta wurin alherin Allah?

8. Bayan da muka ba da gaskiya, Ruhu Mai Tsarki ya soma rayuwa a jikunanmu yana kuma tabbatar da cewa mu na Ubangiji ne yana shirya mu domin yaƙin nan na bangaskiya.

    a. Ka karanta Afisawa 1.13-14. Ka cika wurin da aka bari da amsa:

        i. Sa'ad da kuka ba da gaskiya ga Almasihu, Allah ya hatimce ku da ______________

        ii. Ruhu Mai Tsarki shi ne tabbacinmu na __________________ sai sami _____alkawari.

    b. Ka karanta Romawa 8.12-17. Ka ba da amsoshin tamboyoyin nan da 'I' ko 'A'a'.

        i. Yanzu da Ruhu Mai Tsarki ya ke zaune a cikinmu babu dalilin ba da kanmu ga zunubi.

        ii. Ta wurin aikin Ruhu Mai Tsarki ne aka maida mu 'ya'yan Allah.

        iii. An karɓe mu cikin iyalin Allah, mun zama masu gado tare da Kristi, idan kuwa muna shan wahala tare da shi.

9. Allah ya kira wadanda zai aika su shaida wa duniya nasarar da Yesu ya ci akan Shaidan da zunubi. Ka karanta Ayyukan Manzanni 26.12-18. Ka cika sauran kalmomin da aka bari a kasa.

10. Lokacin da Yesu ya bayyana ga Bulus mene ne Yesu ya umarce shi ya yi?

   a. Zai zama mai baiwa, ya kuma ___________abubuwan da zai gani (dubi aya ta 16)

   b. Zai bude idanun mutane domin su juyo daga _____ zuwa haske, daga ikon _________ Allah, domin ta haka za su karbi ______ na zunubai, da kuma gado tare da dukan wadanda suka zama masu tsarki saboda sun _____________ (dubi aya ta 18)

A Takaice

Duk wanda ya juyo daga zunubansa zuwa ga Allah (tuba) ya kuma gaskanta da Yesu Kristi shi ne Ubangiji wanda ya tashi daga matattu (bangaskiya) yana da ceto – an gafarta masa, ya zama cikakke, an karbe shi a cikin iyalin Ubangiji, ta wurin alheri da kaunar Allah. Wannan gaiyata domin ka zama dan Allah ya shafi sake wanda kake yi wa biyayya, daga duniyar nan da zunubinta zuwa Kristi da mulkinsa. Gaskantawa shi ne juya wa ga Allah daga bin duniyar nan, ka yi alkawarin yin biyayya ga wani Maigida (master), sabon mulki, da kuma sabuwar rayuwa. Yesu ya zo domin ya hallaka ayyukan shaidan, domin ya gyara dangantakar dan adam ta zama mai dacewa tsakanin shi da Allah kuma nan ba da dadewa ba zai maida dukan kome na cikin duniya a karkashin shugabanci, da mulkin Allah.

Allah ya cece mu ta wurin alherinsa ba ta wurin yin biyayya da dokokinsa ba, ko kuma yin kanmu, ko kuma ayyukanmu masu kyau. An sabunta mu domin mu samu dangantaka mai dacewa tare da Allah ta wurin jinkansa kadai, ta wurin mutuwar Kristi a madadinmu. Yanzu da muke da ceto, mun shiga yaki da zunubi, mugunta da kuma mulkin duhu. Gaskiya, gaiyata don samun ceto kira ne na shiga kaunatacciyar rundunar da kuma yin yaki da duniyar tsohon halinmu na zunubi, da kuma Shaidan.

Bayan mun ba da gaskiya, Allah ya hatimce mu da Ruhunsa Mai Tsarki wanda ke maida mu wurin zamansa, yake kuma ba mu karfi, bishewa, da kuma zama kamar Kristi, da kuma halin yin aikinsa. Wannan Ruhu Mai Tsarki shi ne soma tabi na cikakkar kyautar Allah da za ta zo mana a lokacin da Yesu zai dawo; Ruhu Mai Tsarki shi ne tabbacin gadonmu a cikin Kristi nan gaba. Ruhu Mai Tsarki ne ke tabbatas mana da ribarmu a cikin Allah: gafarar zunubi, ceto daga Shaidan da mulkin duhu, da ikon yin biyayya da nufin Allah yayin da muke rayuwar Krista.

Muna haɗa kai da Ruhu Mai Tsarki ta wurin yarda da gaskiyar Maganar Allah, ta wurin sake maganarmu daga marar kyau, mai ɓarna, maganar da ba gaskiya ba, zuwa maganganun da suke daidai da Maganar Allah mu sababbin halitta ne a cikin Kristi, yanzu kuwa dole ne mu karɓi abin da marubutan Littafi Mai Tsarki suke cewa a cikin Maganar Allah gaskiya ne game da mu yadda muke a da, mafi muhimmunci kuma shi ne game da rayuwarmu nan gaba. Mu ba 'yan mulkin duhu ba ne kuma; an kawo mu cikin mulkin Ɗan Allah, mulkin haske. Bari cetattu na Ubangiji su fara faɗin haka. (Zabura 107:1-3).

Apendis

Ga apendis da ya kamata ku yi bincike da tunani sosai a kai domin suna da muhimmunci ga wannan darasin.

Yesu Banazare: Kasancewar Nan Gaba (Ap. na 4)
Labarin Allah: Asalinmu Mai Tsarki (Ap. na 5).
Daga Farkon Lokaci Zuwa Nan Gaba (Ap. na 6)
Inuwa da Abinda Ke Na Kwarai (Ap. na 7)

Kwayar Magana

Gama duk iyakar waɗanda suka karɓe Shi, Ya ba su iko su zama 'ya'yan Allah (Yahaya 1:12).

Abin Da Za a Bincika

Ka karanta waɗannan abubuwan bincike, ka yi tunani a kansu, sai ka ba da amsoshi da kuma ra'ayinka game da abin da suke nufi, bisa ga sashen da ka yi nazari baya kaɗan.

1. **"Yanzu haka ba na ji kamar na yi nasara"**. Sabbin Krista da yawa (idan ba yawancinsu ba) sukan fara yin tafiyarsu ta Krista cike da farin ciki da kuma gabagaɗi, sai idan sun sami cikas nan gaba sai kuma su sami kansu suna fama da zunubi da kunya. Domin sun fara da ƙarfi abin ya kan zama masu da wuya da kuma karaya su ga cewa "ashe rayuwar Krista ba abu ne mai sauki ba, ba kamar yadda mai wa'azi ya yi alkawari ba". Har yanzu ana jarabtar su, suna jin haushi, su na kan yin zunubi, har yanzu dai suna fama da muguwar sha'awa, da kwaɗayi da kuma girman kai. Su kan tambayi kansu su ce, "Ina nasarar da ake magana a kai a cikin Littafi Mai Tsarki? Me ya sa ba zai zama da na yi kira ga Ubangiji sai kome ya daidaitu a lokacin ba? Idan Allah na tare da ni, me ya sa har yanzu nake fama?" Me za ka ce wa wanda bai ji daɗin hanyar Kristi ba, wanda musamman bai ji ya yi nasara ba a tsakiyar fama, da kunci na rayuwar yau da kullum?

2. **"Ta yaya zan iya sanin cewa lallai an gafarta mini?"** Kowane Krista da ke kan yin girma, ko wanda bai yi ƙarfi ba sosai, zai fuskanci shakka cewa ko lallai ya sami ceto. Ko da yake sun ba da ransu ga Ubangiji, dole za su yi tunani, su faɗi abubuwa, su kuma yi abubuwa da ba su yi daidai da wanda ke cikin Kristi ba. Wani lokaci irin abubuwan nan su kan sa su

yi shakka ko lallai an cece su. Idan suna cike da shakka da tsoro, ba wuya su ji ya kamata su yi ta roƙon Ubangiji cewa ya cece su, ya sake cetonsu. Ba shakkar tabbacin samun cetonsu a karo na farko da suka furta kaɗai ba, sai dai kuma za su yi tunani ko dukan kome a cikin tunaninsu yake da farko. Ta yaya binciken da ka yi a sashen Littafi Mai Tsarki da aka bayar ya taimake ka ka magance irin wannan shakka da ke ci gaba da cizonka? Ta yaya suke taimakon sabon tuba ya san cewa yana da ceto duk da yadda yake ji wani lokaci (dubi 1 Yahaya 5:11-13)?

3. **"Abin da mamaki. Yanzu da an cece ni ta wurin alheri, zan yi duk abinda na ke so. Ina da yanci!"** A wani lokaci sabon tuba yakan sami kanshi cikin abinda Littafi Mai Tsarki ya ce game da alheri, da tsarkin Kristi, da rai madauwami. Maimakon hakan ya sa ya zama da tawali'u da godiya, sai cikin kuskure ya juya sanin da ya samu zuwa fahariya. Sai ya fara gaya wa abokansa, "tun da Allah ya ƙaunace mu ya cece mu ta wurin alherinsa, kada mu damu da yadda muke rayuwa. Duk abinda muka yi, zai gafarta mana, ya kuma karɓe mu, ba akan abinda muka yi ba, amma saboda abinda Yesu ya yi!" Ta yaya rashin ganewar wannan sabon ɗan'uwa a cikin Kristi na yadda zai yi rayuwa za a gyara ta? Mene ne ganewa ta gaskiya ta yadda za mu yi rayuwa?

Haɗin

Ɗaya daga cikin abubuwa na farko, kuma wanda ya fi ma'ana wanda mai ba da gaskiya zai iya yi, kuma dole ne ya yi cikin farkon tafiyarsa cikin Labarin Allah shi ne su gane cewa yanzu sun zama 'yan rundunar wannan babban yaƙi na dukan lokaci. Gaskiya ba tsawar da aka yi lokacin da muka karɓi Kristi (ba abu ne da ya saba faruwa ba). Ana iya ganin kome na nan yadda aka saba. Gaskiyar dai ita ce, kome ya sake. An ceto mu daga mulkin duhu, an gafarta mana zunubanmu, an karɓe mu a cikin iyalin Allah, an shigar da mu cikin rundunar mayaƙa na Mulkin! Mu sabbin halitta ne a cikin Kristi; tsohon al'amari duk ya shuɗe, ga shi kome ya zama sabo (2 Korantiyawa 5:17).

Ka yi ƙuduri yanzun nan ka ɗauki ruhun yaƙi, ka dogara ga Ruhu Mai Tsarki don samun ƙarfi, ka yi addu'a ga Ubangiji domin neman taimako kullum yayin da kake yin tafiya a cikin Kristi, da kuma tsayawa da ƙarfi a cikin yaƙi da tunaninka, da zuciyarka da kuma ranka. Allah ya yi alkawari zai ba ka nasara (1 Korantiyawa 15:57), domin shi wanda ke zuciyarku ya fi wanda ke duniya ƙarfi (1 Yahaya 4:4). Yanzu kai na Ubangiji ne, ba za ka ci gaba da zama a cikin tsohuwar rayuwarka marar tsaro ba, cike da ƙarairayi da ruɗe ruɗe. Kai sabon ɗa ne na Allah a cikin Kristi, kuma dole ne ka sa kanka ka dinga yin abubuwa, da magana, da tunani kamar wannan sabon mutumin. Ka yi haƙuri da kanka: Za ka ɗauki haƙuri da lokaci domin ka koyi bin sabbin hanyoyi na Allah, har ka zama sabon mutumin da yake so ka zama.

Ka roƙi Allah ya taimake ka ka iya yin rayuwa cikin wannan sabon rai da Allah ya yi, wanda ya 'yantar da kai daga ruɗi da muguwar sha'awar da, wanda aka sabunta a cikin ruhun tunaninka, yanzu kuma an 'yantar da kai don ka iya yin rayuwa kamar sabon mutum mai sabon hali, da sabon iyali, da sabon Ubangiji wanda zai dinga bishe ka (Afisawa 4:20-24). Ya shigar da kai cikin rundunarsa, ya kuma shirya ka domin tafiyar da ke gabanka. Saboda haka nake marabtar ka ƙaunataccen almajiri zuwa cikin iyalin, ina kuma yi maka maraba da zuwa cikin yaƙin.

Idan ba a yi maka baftisma ba, ka yi magana da shugabanku na nazarin Littafi Mai Tsarki, ko abokinka Krista, ko kuma pastonka game da yadda ake yin baftisma, kuma ka nuna kana bukata a yi maka baftisma. Ka buɗe zuciyarka ka bi matakai da ya kamata ka bi a Iklisiyar da ka ke sujada don a shirya ka domin ayi maka baftisma. Ka yi wannan ba tare da ɓata lokaci ba. Kristi ya umarci duk mai ba da gaskiya ya yi baftisma, alamar zama nasa ke nan, da kuma nuna wa jama'a biyayyarmu ga Yesu da Mulkinsa (Markus 16:14-16; Matiyu 28:18-20). Kada ka jira; baftisma alamar alherin Allah ne da ke a cikinka, ake kuma gani a waje, alherin Allah da aka ba ka ta wurin aikin da Yesu ya gama a kan giciye. Yi masa biyayya, a yi maka baftisma yanzu!

Tabbaci

Ta wurin bangaskiya na karɓi alherin Allah na gafartawa, ya sa na zama marar laifi, ya cece ni daga mulkin duhu zuwa mulkin Ɗan.

Addu'a

Te Deum Laudamus addu'a ce wadda Krista suka saba yi tun ƙarni na huɗu. Ana dangana ta da Bishop Nicetas na Dacia, c.335-414, amma almara na nuna cewa addu'ar ita ce Ambrose ya yi nan da nan sa'ad da ya yi wa Augustine baftisma.

Kai Ne Allah (Te Deum Laudamus)

Kai ne Allah: Mun yabe ka;
Kai ne Ubangiji; Muna alfahari da kai;
Kai ne Uba madauwami: Dukan halitta na yi maka sujada.
Gare ka duka mala'iku, duka ikokin sama,
    Cherubim da Seraphim, suke raira maka yabo marar iyaka.
Mai tsarki, Mai tsarki, Mai tsarki, Allah mai iko da komi da komi,
    sama da ƙasa suna cike da ɗaukakarka.

Taro mai girma na manzanni suna yabonka.
Zumunta mai martaba ta annabawa na yi maka yabo.
Rundunar waɗanda aka kashe domin ka, sanye da fararen kaya suna yi maka yabo.
A cikin duniya duka Iklisiya mai tsarki tana fahariya da kai;
    Uba, ka raba Ɗanka na gaske da girmansa,
    Ka isa a yi maka dukan sujada. Ruhu Mai Tsarki kuma shi ne jagora.

Kristi kai ne Sarki mai girma, madawwami Ɗan Allah Uba.
Sa'ad da ka zama mutum domin ka 'yantar da mu, ba ka ƙi bi ta mahaifar budurwar ba.
Ka yi nasara da ƙarin mutuwa, ka buɗe mulkin sama ga duka masu ba da gaskiya.
Kana zaune a hannun dama na Allah cikin ɗaukaka.
Mun gaskanta cewa za ka dawo ka zama mana mai shari'a.
To ka zo Ubangiji, ka taimaki mutanenka
Waɗanda ka saye su parashin na jininka,
ka kawo mu cikin ɗaukakarka tare da tsarkakanka.

Kuka Daga Zuciya Ga Ubangiji

Uba Madawwami, Mahalicina da kuma Uban Ubangijina Yesu Kiristi, na gode kwarai domin alherinka mai yawa zuwa gare mu ta wurin aiko da Yesu ya zo ya cece mu. Ba mu cancanci ƙaunarka ko gafararka ba, amma duk da haka, ka kula da mu, ka aiko shi domin ya nuna mana hanya, ka miƙa shi hadaya domin zunubanmu a madadinmu. Ka hatimce mu da Ruhu Mai Tsarki, ka sa mu cikin iyalinka, ka 'yantar da mu daga tsoron mutuwa da hukunci na har abada. A yanzu me zan ba ka domin dukan wannan ƙauna da jinkai? Na ba ka zuciyata, da raina, da kuɗina, da lokaci, da dukan dangantarkar da nake da ita. Yayin da na san ba shakka zai ɗauke ni lokaci kafin in sanka, ina so ka sani cewa ina a shirye domin sabuwar rayuwa, sabuwar hanya, da sabuwar tafiya. Ka sa ni cikin babban Labarinka, ya Allah, ka bishe ni da Ruhun da ka ba ni, zan girmama ka cikin abin da nake yi yayin da kake taimako na. A cikin sunan Yesu na ke addu'a, amin.

Domin Karin Bincike

A www.tumi.org/sacredroots, muna da wani sashe da muka keɓe domin ƙarin abubuwa a rubucc da kuma na kallo a bidiyo.

Robert Webber: *Who Gets to Narrate the World.* Downers Grove, IL: Inter Varsity Press, 2008.

Sashe Na Gaba

A zama na biye, za mu dubi **Mashigar da Muke Samu**, haɗe da waɗannan batutuwa.

1. Ta wurin zama "Cikin Kristi" muna samu, muna kuma ɗanɗana shi da abubuwan da yake yi.
2. Muna shiga ta wurin zama membobi a cikin iyalin Allah, wanda aka kafa a kan manzanni da annabawa.
3. Kowace Iklisiya kayan aiki ne na Mulkin

Haddacewa

Romawa 10:9-10

Aikin Yi A Gida

1. Idan ba a yi maka baptisma ba, ka sami pastonka ka tambaye shi yadda ake yin baptisma.
2. Ka riƙa yin addu'a kullum domin abokanka kamar guda uku domin su ma su shiga cikin sojojin Ubangiji su sami ceto. Ka roƙi Allah ya baka zarafin gaya wa wasu game da bangaskiyarka a cikin Kristi.
3. Ka fara rubutawa a littafi abubuwan da ka gani da tambayoyin da ka ke so ka tambayi wani wanda ya daɗe a cikin bi a cikin Iklisiyarka.

Darasi na 3

Mashigar Da Muke Samu

Haɗa Rayuwarmu Da Rayuwar Allah A Cikin Kristi

> Wato ashe, ku ba baƙi ba ne kuma, ko kuwa bare, ai, ku abokan 'yanci ne tsarkaka, iyalin Allah kuma, waɗanda aka gina bisa tushen manzanni da annabawa, Almasihu Yesu kansa kuwa shi ne mafificin dutsen ginin, dukan wanda aka haɗa tsarin ginin a cikinsa, yana kuma tashi ya zama haikali tsattsarka na Ubangiji. Cikinsa ne kuma aka gina ku, ku zama mazauna Allah Ruhu.
>
> ~ Bulus zuwa Afisawa 2:19-22.

Manufa

A ƙarshen wannan binciken, ya kamata ka rungumi Mashigar da Muke Samu.

- Ba da gaskiya cewa muna haɗe da Yesu ta wurin bangaskiya (wato yanzu muna "a cikin Kristi"). Muna karɓa, muna kuma ɗanɗana ko shi wane ne, da more abin da yake tanadawa da kuma abin da yake yi.
- Ka ba da gaskiya cewa ta wurin aikin Ruhu yanzu mun zama membobi na iyalin Allah, wanda Yesu Kristi ne mafificin dutsen ginin, kuma harsashin shi ne na manzanni da annabawa.
- Ka ba da gaskiya cewa kowace Iklisiya wakiliya ce ta Mulkin Allah, suna wakiltar abin da sama ke so, ta ke kuma niyya, da masu ba da gaskiya suna masu aikin jakadu da wakilai na Mulkin.

Addu'ar Buɗewa da Neman Hikima

Allah Madauwami, a cikin Maganarka ka ce daga wurinka ake samun kowane sani da kuma hikima. Na yarda da wannan gaskiyar, ya Uba, kuma ina roƙo ka ba ni hikimarka, domin in iya samu in rabe Maganar gaskiya (2 Timoti 2:15). Ina roƙo ka koya mani, ka bishe ni kan hanyar da ya kamata in bi (Zabura 32:8), ka bi da ƙafafuna. Ka sa kunnuwana su iya jin muryarka, ka yi mani gyara yanzu a cikin yadda nake yin tunani da magana, ka bishe ni sa'ad da na ɓata.

Uba, ka ba ni baiwar tantancewa da rarrabewa, ka ba ni ikon sanin bambanci tsakanin koyaswar Allah, da wadda ba ta Allah ba, haka ma ruhohi da baye baye na Allah da waɗanda ba na Allah ba, lokacin da na ke yin binciken nan. Ka nuna mani ta wurin Ruhu Mai Tsarki abin ke nufinka, ka ba ni ganewa yadda zan iya aikata nufinka da dukan zuciyata. Ya Ubangiji, ina roƙo ka taimake ni in zama mai saurin ji da sauraro, kuma ba mai saurin magana ba, kuma marar jin haushi da sauri (Yakubu 1:19). Bari kalmomin bakina, da tunanin zuciyata su sami karɓuwa a wurinka. Ka ba ni iya faɗin gaskiya da hikima, yadda duk wanda na ke magana da shi zai gane, kuma ya samu amfani ta wurin gaskiyarka. Ka koya mani yanzu cikin binciken nan yayin da nake karɓar Maganarka da koyaswarka. Ina roƙon waɗannan abubuwa a cikin sunan nan mai ƙarfi na Yesu, Ubangiji da Mai ceto, amin.

Gamuwa

1. **"Me ya sa akwai bambanci tsakanin halin da nake ciki, da kuma abin da Littafi Mai Tsarki yake cewa game da matsayina a wurin Allah?"** Sabbin Krista da yawa suna da giɓi tsakanin abin da Maganar Allah ke cewa game da matsayinsu a wurin Allah (misali, cewa an gafarta musu, an sulhunta su, aka karɓe su suka zama 'ya'ya, waɗanda Allah ya zaɓa), da kuma yadda abubuwa suke tafiya a cikin rayuwarsu kullum. (rashin jin daɗi, damuwa, ƙunci, yanke wa kai hukunci, da kuma tsoro). Ya kusa ya yi kamar gefe biyun nan na rayuwar Krista (abin da Littafi Mai Tsarki ke cewa da kuma yadda na ke ji kullum) ba su tafiya daidai, suna saɓa wa juna. Yayin da muke rayuwarmu ta Krista kullum, yaya ne ya kamata mu gane wannan damuwa tsakanin abin da Maganar Allah ke cewa game da ko mu su wane ne a cikin Kristi da kuma yadda muke ji game da kanmu?

2. **"Yaushe zan fara yin kamar wanda Littafi Mai Tsarki ya ce nake?"** Wani babban sashe game da zama almajirin Kristi mai amfani shi ne daidaita rikicin da ke tsakanin yadda muke kafin mu gamu da Kristi, da kuma yadda muke yanzu da muka ba da gaskiya. Sau da yawa, yadda muke da ya fi ƙarfi, ya fi nuna yadda muke ganin kanmu fiye da abin da Littafi Mai Tsarki, ko malamanmu da fastocinmu suke cewa game da mu. Ta yaya sabon Krista zai iya cewa shi ne wanda ake magana a kai a sashen nan na Littafi Mai Tsarki ko da ana ganin yadda muke da ya fi zama a cikinmu "ni" ɗin da muka fi jin daɗin zama ya fi nuna gaskiyar yadda muke?

3. **"Zan tsaya a gida kawai in yi tafiya da Ubangiji da ƙoƙarin kaina".** Wata rana wani mutum sabon tuba wanda bai jima da barin shan miyagun ƙwayoyi ba, ya karɓi Kristi, sai ya fara sabuwar tafiya cikin Kristi. Damuwar dai ita ce, ba ya sake wa cikin sauran Krista, babban dalilin haka shi ne, domin irin rayuwar da ya daɗe yana yi a tituna – yana yi wa jikinsa ɓarna, da iyalinsa, da kuma dangantakarsa da waɗansu. Wata rana da ya gaji da wahala sai ya ce "shi ke nan, ban ce zan iya yin rayuwata ta Krista tare da mutane a Iklisiya ba. Mutane ne nagari amma kawai sun kasa gane daga ina na ke yanzu. I, na ji, ina so in ci gaba da yin tafiya tare da Kristi, amma dai zan tsaya a gida kawai, zan yi tafiya tare da Ubangiji ni da kaina". Me za ka iya ce masa game da

wannan abu da ya yi? – ya yi zaɓi mai kyau ne? Idan ba haka ba, me ya sa ba mai kyau ba ne?

Abinda Za a Koya

A zama na ƙarshe (**Shigawar da Muke Yi**) mun koyi cewa muna juyawa ga Allah daga gumaku da zunubi (tuba) sai muka gaskanta da Yesu Banazare shi ne Ubangiji wanda ya tashi daga matattu (bangaskiya) sai mu kai ga yin zaɓi na shiga rundunar yaƙi na Ubangiji, ta wurin juya wa daga mulkin Shaiɗan zuwa Mulkin Ɗan Allah.

Yanzu za mu binciki dukiyar da muke da ita, tun da ta wurin bangaskiya an haɗa mu da Kristi, kuma an ce muna "cikin Kristi". Tarayyarmu da Yesu ta wurin bangaskiya ta na ba mu sabon matsayi da dagantaka a wurin Allah (matsayinmu), matsayi da taimako, da ɗaukarmu, da albarka domin ni ɗansa ne, kuma ɗan Mulkinsa. Ƙari a kan wanna, zama "cikin Kristi kuma yana sa mu iya yin tafiya a cikin nasararsa kullum yayin da muke yin yaƙin nan mai kyau na bangaskiya kuma muke samun iko mu yi tafiya a cikin Ruhu Mai Tsarki (yanayin da muke ciki yanzu).

Bisa ga Sabon Alkawari na Littafi Mai Tsarki, kowane mai ba da gaskiya cikin Yesu an yi masa baftisma a cikin (tarayya da) Kristi ta wurin aikin Ruhu Mai Tsarki (dubi 1 Korantiyawa 12:13) "Dukanmu an yi mana baftisma ta Ruhu guda, muka zama jiki guda – Yahudawa ko al'ummai, bayi ko 'ya'ya – dukanmu kuwa an shayar da mu da Ruhu guda.") Lokacin da Ruhu ya yi mana baftisma (ya sa mu) cikin Kristi, ba ceton mu kaɗai daga fushin Allah aka yi ba, an ba mu rai madawwami cike da farin cikin tare da shi, har sai dai muka sami sabon matsayi da kuma dangantaka da Allah, wadda aka ba mu musamman domin mun zama ɗaya da Kristi (dubi "Albarku 33 a Cikin Kristi" a cikin apendis).

Gaskiya ce, muna da albarku da yawa domin mun dogara ga Kristi domin cetonmu. An gafarta mana zunubanmu (Afisawa 1:7, Kolosiyawa 1:13). An sulhunta mu da Allah, an dawo da mu mu yi zumunta da shi (2 Korantiyawa 6:18-19), an kuma ɗauke mu kamar sabbin zuwa cikin iyalin Allah (Romawa 8:14-15, 23). Ɗaya daga cikin albarku masu ban al'ajibi da muke da su a cikin Kristi shi ne zama gaɓobbi da kuma wurinmu zamanmu a cikin Iklisiya, Jikin Kristi. Ta wurin bangaskiya an haɗa mu da sauran dukan masu ba da gaskiya a ko'ina, an haɗa mu da Allah, da kuma juna, kuma an ba mu zarafi mu dogara, mu yi girma mu yi wa Mulkin hidima tare kamar mutum ɗaya.

Godiya ga Allah ba mu bukatar yin yaƙin nan mai kyau a kaɗaice da ƙarfinmu, ko kuma da kanmu mu kaɗai ba. Duka masu ba da gaskiya, daga waɗanda suka fara ba da gaskiya har zuwa yanzu, sune suka haɗu suka zama jiki ɗaya na Kristi. Yayin da akwai majami'u da yawa iklisiyoyi (ikilisiya da karamin "i") ainihi Iklisiya ɗaya ce, wadda ta fara da Yesu da manzanni, kuma an keɓe ta domin cika nufin Allah (iklisiya da babban "I"). Nicene

Creed na cewa wannan Iklisiyar ɗaya ce, mai tsarki, ta manzanni kuma Katolika* (duniya duka), kuma iklisiyoyi da yawa ne a cikin duniya, cikin tarihi duka suka haɗu suka zama Iklisiya.

Gaskiya ne fa, bari mu saurari Magana mai kyau da Bulus ya yi wa Filibiyawa, mu yi amfani da ita a cikin tafiyarmu cikin Kristi.

> Amma mu kuwa 'yan mulkin sama ne, daga can ne kuma muke ɗaukin zuwan Mai ceto, Ubangiji Yesu Almasihu, wanda zai sake jikin nan namu na ƙasƙanci, ya mai da shi kamar jikin nan nasa na ɗaukaka, da ikon nan nasa na sarayar da dukkan abubuwa gare shi.
>
> ~ Filibiyawa 3:20 -21

Lallai ne, kowane mai ba da gaskiya ɗan mulkin sama ne, kuma kowace Iklisiya wakiliyar Mulkin sama ce, inda muke taruwa domin koyaswa, sujada da haɗuwa ta ruhaniya, da kuma domin bauta wa Kristi tare da sauran masu ba da gaskiya. A shekaru na farko na Iklisiya, Ruhu Mai Tsarki ya bi da mutanen Kristi su shirya dalla dalla abin da muka gaskata, yadda za mu yi sujada, da kuma yadda Maganar Allah za ta kasance. Waɗannan muhimman abubuwa suna ƙarfafa bangaskiyar dukan masu ba da gaskiya a ko'ina, ana kiran wannan Babbar Al'ada. Wannan na wakiltar koyaswa, da kuma aikatarwa da manzanni suka koyas, yana kuma a rubuce a cikin Littafi Mai Tsarki, aka taƙaita shi a cikin majalisun Iklisiya, masu ba da gaskiya kuma suka kare haka ɗin a cikin tarihi duka (dubi wadannan Apendis biyu: *"Ci Gaba ta wurin Duba Baya"* da kuma *"Shaidar Bangaskiya Ta Nicene"* ko *"Nicene Creed"*).

> Duk lokacin da Iklisiya ta haɗu... tana shaida ƙarshen duniya da kuma faduwarta, ko kasawarta. Tana ƙaryata duniya mai cewa tana tanada wa mutane hujja mai inganci domin rayuwarsu, tana watsar da duniya; Tun da ta yarda, tun da masu baftisma suka haɗu suka zama Iklisiya, cewa a ɗaya gefe na mutuwa ga duniya nan ne kaɗai rai zai iya samun ma'anarsa.... Sujadar Krista ita ce babban abu mafi ƙarfi wanda ya musunta duniya da ke cewa ita ke ba mutane hujja, ko kuma dalilin rayuwarsu. Sujada da ake yi a Iklisiya tana kawas da girman kai da ƙunci na duniya.
>
> ~ Jean-Jacques von Allmen. *Worship: Its Theology and Practice.* London: Lutterworth, 1966, p. 63.

---

* **catholic** – Ba ana nufin darikar Roman Catholic ba, amma ana nufin Krista na duk duniya baki ɗaya, na dukan lokaci, daga ko wane harshe, da yare, mutane da ƙasashe daban dabam. A cikin Shahadar Manzanni da ta Nicene, kalmar nan Catholic na nufin Iklisiya ta duniya gaba ɗaya a cikin dukan shekaru da dukan lokaci da dukan mutane ba tare da nufin wata al'ada ko ɗarika ba (misali, ɗarikar Katolika)

Mashigar Da Muke Samu.
Binciken Littafi Mai Tsarki Darasi na 3
Ka karanta waɗannan ayoyi sa'an nan ka amsa tambayoyin da suka shafi ko wace koyaswa daga Littafi.

1. *Ta wurin tashin Yesu daga matattu, Allah ya sa muna da rayayyiyar bege, da alkawarin rai na har abada.* ka karanta 1 Bitrus 1: 3-12.

   a. Ka lisafta a ƙalla albarku guda uku da kake da su cikin Kristi.

      i.

      ii.

   b. Mene ne sakamakon ɗan lokaci kaɗan da mukan yi fama saboda gwaje-gwaje irin –irin da muke samu? (dubi aya ta 6-7)

   c. Ko da ya ke yanzu ba ma ganin yesu da ido a tsakaninmu, ta yaya muke fahimtar ceto da muka samu ta wurinsa? (dubi aya ta 8-12)

2. *Yesu shi ne Dutse Mai Rai, sa'an nan mu da muka ba da gaskiya gare shi mu ne zuriyar da Allah ya zaɓa.* Ka karanta 1 Bitrus 2:4-10.

   a. Tun da yake mu ne ƙungiyar firistoci masu tsarki a cikin Almasihu, wane aiki ne Allah ya ba mu? (dubi aya ta 4-5).

   b. Ka lisafta abubuwa huɗu da suka tabbatar da cewa mu mutanen Allah ne.

      i.

      ii.

      iii.

      iv.

3. *Ta wurin dogara ga Almasihu, da kuma baftisma da aka yi mana a cikinsa muka zama ɗaya da Yesu cikin mutuwarsa, da biznewa, da tashinsa daga matattu-ga shi nan kuma muka zama ɗaya da shi ta wurin samun rai na har abada.*

a. Ka karanta Romawa 6:3-10. Ka lisafta abubuwa guda uku da suka faru sa'ad da aka yi mana baftisma zuwa cikin Kristi.

i.

ii.

iii.

b. Tun da yake mun zama ɗaya da Kristi cikin mutuwarsa da tashinsa daga matattu (ta wurin bangaskiya) wane iko ne zunubi ke da shi a kanmu? (dubi aya ta 9-10)

c. Yaya za mu ɗauki kanmu game da zunubi da ikonsa bisa kanmu a yau? (dubi aya ta 11-13).

4. *Yesu ne tushen rayuwar masu bi, shi ne wanda ya zama dole mu ci gaba da binsa a cikin komai.* Ka karanta Kolosiyawa 2:1-10

a. Ina dalilin da ya sa Bulus ya ce Almasihu ne "asirin Allah", wato wanda a cikinsa ne dukan darajar hikima da ta sani suke a ɓoye?

b. Yaya Bulus ya ƙalubalanci Kolosiyawa da su yi rayuwa cikin Almasihu yanzu da suka karɓe shi ya zama Mai Ceto da Ubangijinsu? (dubi aya ta 6-7).

c. Me ya kamata masu bi su lura da shi a ko yaushe? (dubi aya ta 8)

d. Yaya aya ta 10 ta bayyana halin rayuwar Yesu a cikin kamannin Allah da na mutum?

5. *An yi wa ko wane mai bi alfarma da albarka "ta wurin almasihu".* Ka karanta Afisawa 1:3-14.

a. Ka lisafta a ƙalla albarku guda biyar da ka samu "ta wurin zama cikin Kristi".

i.

ii.

iii.

iv.

v.

b. Mene ne Ruhu Mai Tsarki ya yi mana sa'ad da muka ba da gaskiya ga Almasihu? (dubi aya ta 13-14) Ta yaya baiwar Ruhu ta dangana da albarkun da za su zo mana?

6. *Mu da da muke can nesa da Allah, yanzu an kawo mu kusa da shi ta wurin Kristi.* Ka karanta Afisawa 2:13-22.

a. Ta yaya Kristi ya kawo salama tsakanin masu bi da suka fito daga masu launin-fata dabam dabam, da kabilu, da al'adu dabam dabam? (dubi aya ta 13-18).

b. Ka karanta Afisawa 2:18-22. Ka haɗa abin da aka rubuta a hannun hagu da wanda ya yi daidai da rubutu na hannun dama:

i. Masu 'yanci tare da sauran tsarkaka	___Ginin wurin zama na Allah.
ii. Manzanni da Annabawa	___An kafa tushen gini a kansu
iii. Yesu	___Ku ba baki ba ne kuma
iv. Ruhun	___Dutsen gini na kan kusurwa.

7. *Allah ya zaɓi ya bayyana ɗaukakar alherinsa ta wurin mutanensa, wato Iklisiya.* Ka karanta Afisawa 3:8-11. Ka cika wuraren da aka bari da kalmomin da suka dace: Allah, wanda ya halicci dukan abubuwa, ta wurin _______ ya sanar da ________ Allah ga _____ a sammai.

8. *A shekaru da lokatan baya Allah ya ɓoye wa 'yan Adam yadda yake aikata shirin nan na asiri, sai yanzu da yake bayyana wa dukan mutane ta wurin shaidar manzon nan game da almasihu, da kuma shaidar masu bi da ba Yahudawa ba!*

a. Ka karanta Kolosiyawa 1.24-29. A cikin amsoshin nan guda uku ka zaɓi ɗaya wadda ita ce daidai. Mene ne asirin nan da Bulus ya ce shekara da shekaru yake a ɓoye da yanzu aka bayyana mana?

   i. Rana da lokacin dawowar Yesu.

   ii. Kristi a cikin mu, begen ɗaukakarsa

   iii. Irin mutuwar da Bulus zai fuskanta.

b. Me kake zato ya sa labarin cewa Kristi na cikin al'ummai (waɗanda ba Yahudawa ba) ya zama wani babban al'amari ga masu bi a lokacin rayuwar Bulus?

A Taƙaice

Manzannin cikin Sabon Alkawari sun shaida cewa kowane mai ba da gaskiya cikin Kristi an haɗa shi da shi, da kuma aikinsa, ta wurin ikon baftisma na Ruhu Mai Tsarki. Ruhu Mai Tsarki ya sa mu cikin Kristi, ya haɗa mu da mutuwarsa, da biznewarsa, da kuma tashinsa daga matattu, da kuma sabon rai. Mu ba kayan fushin Allah ba ne kuma, kuma ba mu da tsoron cewa za a yi mana horo saboda laifuffukanmu masu yawa (karya dokokin Allah) da muka aikata. A cikin Yesu, Allah ya tanada mana sabon matsayi da dagantaka tare da shi, kuma ya albarkace mu da alherinsa da albarku masu yawa a cikin Kristi.

A cikin baye baye da yawa masu ban al'ajibi da muka samu, ɗaya daga cikin waɗanda suka fi muhimmanci shi ne zama sabbin membobi da kuma kasancewarmu a cikin Iklisiya, Jikin Kristi. Allah ya haɗa mu duka cikin Kristi, saboda haka yanzu ya haɗa duka sauran masu ba da gaskiya, ya ba mu zarafi da kuma aikin mu yi rayuwa da kuma girma tare kamar iyalin Allah (1 Yahaya 3:1-3), kamar jikin Kristi (Romawa 12:4-8), kuma kamar haikalin Ruhu Mai Tsarki 1 Korantiyawa 3:16-17). Ko kaɗan ba a yi mu don mu yi rayuwarmu ta Krista a kaɗaice ba, kamar dai yadda jikin ɗan adam ba zai iya amfani da ƙafafu ko hannaye kaɗai ba. Babu, duka gaɓoɓin suna da muhimmanci domin a samu jikin ya yi girma, ya kuma yi aikin da aka nufe shi da yi.

Don haka ya kamata kowane mai ba da gaskiya ya dubi kansa kamar ɗan mulkin sama, wanda an haɗa shi da Kristi da kuma begen nan mai rai, wato begen dawowarsa duniya. A haka ne za a iya gane cewa kowace Iklisiya wakiliya ce ta Mulkin Allah inda masu ba da gaskiya suke taruwa don su yi girma, su yi sujada, kuma su bauta wa Ubangiji tare da sauran masu ba da gaskiya, Krista masu yin girma. Tun daga farko. Ruhu Mai Tsarki ya bi da mutanen Kristi su gane, su furta, kuma su kare ainihin koyaswa da kuma aikatawar manzanni, kamar yadda yake a rubuce a cikin Littafi Mai Tarki, Iklisiya kuma take koyaswa shekaru da yawa, wannan Babbar

Al'ada, wannan muhimmin tauhidi da kuma abin da Iklisiya ke aikatawa, an gaskanta da shi an yi wa'azin shi, ana yin bukin shi a Iklisiyoyi cikin duniya, duk inda aka yarda cewa Kristi shi ne Ubangiji da kuma Mai Ceto.

Mashigar da muke samu da zarar mun ba da gaskiya shi ne zaman mu membobi a cikin Ikilsiya, zama memba wanda a cikin Iklisiya tare da fasto da ainihin mutane, inda za mu iya yin girma, mu yi sujada, kuma mu bauta wa Kristi tare.

Apendis

Ga Apendis da ya kamata ka yi bincike ka yi tunani mai zurfi a kan wannan darasin.

Albarku Talatin da Uku a Cikin Kristi (Ap. na 14)
Cikin Kristi (Ap. na 8)
Yesu Banazare: Kasancewar Nan Gaba (Ap. na 4)
Ci Gaba ta Wurin Duba Baya: Kokarin Dawo da Babbar Al'ada ta Shaida Bishara (Ap. na 16)
Shaidar Bangaskiya Ta Nicene (Ap. 24 da 25)
Shaidar Bangaskiya Ta Manzanni (Ap. na 26)

Kwayar Magana

A cikin Kristi muka karɓi kowace albarka ta Ruhu, (Afisawa 1:3)

Abinda Za a Bincika

Ka karanta waɗannan abubuwa da ra'ayoyi, sai ka amsa tare da hikima da shawara akansu, bisa ga wurin da ka yi bincike a kai can baya kaɗan.

1. **"Bana buƙata a yi mani baftisma, ko ina buƙata? Na riga na yi sau ɗaya."** Wata 'yar'uwa tana tattaunawa da fastonta game da ko tana bukata a yi mata baftisma, tun da ta taɓa yin tun tana ƙarama. Ba shakka, lokacin da a ka yi mata baftisma shekaru da yawa da suka wuce, ba ta gane, ko kuma ta miƙa ranta ga Kristi ba – shekarunta 12 ne kawai a lokacin, ba ta san mene ne ma'anar baftisma ba, amma yanzu ta fahimci cewa ba ta ba da gaskiya ga Kristi ba lokacin da ta yi baftismar. Wace shawara za ka ba sabuwar tubar nan yanzu da ta yi girma – ko za ta nema a sake yi mana baftisma amma yanzu za ta yi da cikakken sanin abin da baftisma ke nufi, da kuma gane bangaskiyarta, da miƙa ranta ga Yesu Kristi a matsayin Ubangiji da Mai Ceto?

2. **Abokina ya ce ya kamata in "faɗe su in kuma ce nawa ne" domin in sami albarkun Allah. Ta yaya wannan ya yi daidai da abin da Littafi Mai Tsarki ke cewa?"** Wani sabon tuba yana zuwa Iklisiyar da ake ƙarfafa Krista su "faɗi su kuma nuna nasu ne" albarkun Allah don rayuwa, da bukatun kaya na jiki, da warkaswa don rashin lafiya, da kuma taimako a cikin wahala. An fi maida hankali a kan albarkun

jiki (kuɗi, lafiya da kaya), ba a maida hankali sosai a kan albarku na ruhaniyarmu a "cikin Kristi ba". Yaya ne ya kamata mu gane dangantaka tsakanin yadda Allah ya ce muna da dukan albarku na ruhaniya a cikin Kristi (misali, Afisawa 1:3), da kuma yadda Iklisiyoyi da yawa suke yaɗawa da nanata karɓa, ko cewa albarkun Allah na abubuwan amfanin jiki a rayuwa nasu ne (wato lafiya, da kuma arziki). Ta yaya za mu iya ganewa sosai nanacin da ke tsakanin waɗannan wurare biyu na albarkun Allah da kuma kulawa?

3. **"Ba zan iya samun abin da nake bukata daga Iklisiya guda ɗaya kawai ba. Ina samun abin da nake bukata daga Iklisiyoyi dabam dabam a cikin gari -sujada daga Ikilisiya 'A', ko daga Iklisiya 'B', da kuma zumunta daga Iklisiya 'C'.** Ko haka daidai ne? "Tsalle tsalle tsakanin Iklisiyoyi" abu ne da ya saba faruwa a cikin masu bin Kristi yau. Sun yarda cewa ba za su iya samun dukan abin da suke bukata domin su yi girma, su ƙaru daga cikin Iklisiya ɗaya ba. Krista da yawa sun ɗauki nauyi a kansu suna "tsalle daga wannan Iklisiya zuwa waccan," a lokaci dabam dabam domin su sami zarafin samun koyaswa, da shirye shirye, ko sujada. A duniyar da mutane sun saba da "samun abin da suke bukata" daga wurare dabam dabam, haka masu bi suke yi dangane da zuwa Ikilisiya. Hakan na faruwa ne bisa ga ra'ayin nan cewa babu wata Iklisiya ɗaya da za ta iya biyan bukatar Krista mai ƙarfi, daidai gwargwado, ko iyalin Krista. Waɗanda suke amincewa da wannan suna gardama cewa sun fi samun amfani ta wurin yin sujada a wata Iklisiya, su saurari wa'azi a wata Iklisiya, da kuma yin zumunta a ƙaramar ƙungiya a wata Iklisiya. Idan Iklisiya mai lafiya jakadar Mulkin ce, me ya sa "tsalle daga wata Iklisiya zuwa wata ikilisiya" ya tashi ba zai zama hanya mafi dacewa cikin yin girmanmu na Krista ba?

Hadin

A cikin satin nan, ka keɓe lokaci ka sake duba wuraren da ke magana game da albarku da riba da kake da su yanzu a matsayinka na mai bi cikin Kristi wanda aka yi masa baftisma. Ba za ka iya yin tunani ko riƙe albarkun nan masu yawa ba idan ba ka san abin da suke nufi ba domin rayuwarka ta Krista! Ka yi nazarin ayoyin cikin Apendis *"Albarku 33 a Cikin Kristi"* kuma ka saba da gaskiyar nan. Yadda kake ƙara gane abin da Allah ya ba ka, haka za ka fi iya sa su zama cikin maganarka ta ciki, su kuma zama cikin yarenka na yin addu'a yayin da ka ke miƙa godiya, kana yin roƙo ga Ubangiji.

Idan ba ka kai ga haɗa kai da wata Iklisiya ba (ina nufin wakilai na Mulkin Allah!), sai ka roƙi Ubangiji ya bishe ka cikin kwanaki da makonni na gaba don ka zo wurin (ba wurare ba) da yake so ka dinga zuwa. Kana bukata ka kasance a ƙarƙashin ikon fasto nagari, domin ka dinga yin zumunta da sauran Krista membobi da suka miƙa kansu, kuma don ka sami zarafin da za ka iya yin amfani da baye bayen da kake da sun don ka bauta da su ka kuma gina waɗansu da su. Muhimmin abu ba shi ne miƙa kai ga taron mutane kawai ba, sai dai ka nemi ka san abin da ake nufi da zama memba, ka zama sashen jikin inda ka ke taruwa da sauran. Kada ka karaya idan da farko abubuwa ba su yi maka yadda ka ke sa zuciya ba. Ka nace cikin zuwa, ka dogara ga Ubangiji zai buɗe ƙofofin abuta da bautawa yayin da ka ci gaba da zuwa. Allah zai bishe ka, kuma idan kana da haƙuri, za ka ba da 'ya'ya (Galatiyawa 6:7-9).

Tabbaci

Domin an yi mani baftisma a cikin Kristi, ina da rabo a cikin albarku, da daraja, da bege da kuma wahalar Kristi tare da dukan Krista ko ina, a dukan lokaci.

Addu'a

*Billy Sunday, wani shahararren ɗan kwallon gora na ƙasa (baseball player) a shekarun 1880, ya zama mai bishara wanda ake ji da shi a cikin shekaru ashirin na ƙarni na 20. Wa'azinsa kan jawo babban taron jama'a zuwa kanfen nasa a waɗansu manyan birane na ƙasar Amirka. A cikin ɗaya daga cikin wa'azinsa da aka sani sosai, ya ɗaukaka wadatar Yesu Kristi. Billy Sunday ya yi wa Mai Ceto ɗaukaka da kalmomin nan.**

* Waɗansu suka ce ba a san marubucin kalmomin nan ba. Wani website na cewa St. Patrick ne ya rubuta, amma mutane kaɗan suna cewa Billy Sunday ne.

Kristi ne Dukan Kome Nawa

Kristi don rashin lafiya, Kristi don lafiya,
Kristi don talauci, Kristi don arziki,
Kristi don farin ciki, Kristi don baƙin ciki,
Kristi ne yau, Kristi ne gobe;

Kristi raina, Kristi haskena
Kristi don safe, don rana da kuma dare;
Kristi nawa ne lokacin da kome ya kasa,
Kristi Madogarata na har abada;

Kristi ne Hutuna, Kristi ne Abincina,
Kristi ya fi duk abin da yake da amfani gare ni,
Kristi ƙaunatacena, Abokina,
Kristi Mai sa ni jin daɗi, babu iyaka;

Kristi Mai cetona, Kristi Ubangijina,
Kristi Rabona, Kristi Allahna,
Kristi Makiyayina, Ni tunkiyarsa
Kristi da kansa ne mai kiyaye raina;

Kristi Shugabana, Kristi Salamata
Kristi ya kawo wa raina 'yanci;
Kristi Adalcina na Allah
Kristi domina, gama Shi nawa ne.

Kristi Hikimata, Kristi Abincina,
Kristi ne mai dawo da ƙafafuna kan hanya;
Kristi Mai kare ni, kuma Firist nawa,
Kristi wanda ba ya taɓa mantawa da ko ƙarami,

Kristi Malamina, Kristi Mai bishe ni,
Kristi Dutsena, A cikin Kristi nake ɓuya;
Kristi Gurasa ta har abada
Kristi Wanda ya zub da jininsa mai daraja;

Kristi ya kawo mu kusa da Allah,
Kristi Kalma madauwamiya;
Kristi Ubangijina, Kristi Shugabana,
Kristi Wanda ya zub da jininsa domin zunubaina;

Kristi Ɗaukakata, Kristi Rawanina,
Kristi Shahararren Tushe;
Kristi Mai yi mani ta'aziya can sama,
Kristi Yana sa begena ya yi kusa.

~ *H.W.S. The Speakers Quote Book: Littafi mai misalai da abubuwan da waɗansu suke ce guda 4,500 domin ko wane lokaci.* Roy B.Zuck, Grand Rapids, MI: Kregel Publications, 1997, p. 57.

Kuka daga Zuciya zuwa ga Ubangiji

Allah Madauwami, kuma Uban Ubangijina Yesu Kristi, na gode domin ka sa na zama ɗaya da Ɗanka. Na gode sosai, Ubangiji, domin kyauta da albarku masu ban al'ajibi da na samu ta wurin Kristi, na gode sosai musamman domin babbar albarkar da ta sa in zama ɗaya daga cikin membobi na mutanenka, Iklisiyarka da kuma Jikin Kristi. Ta wurin bangaskiya ka sa na zama ɗaya daga cikin masu bin ka, ka ba ni martaba da kuma aiki na rayuwa, yin girma, da kuma bautawa tare a Iklisiya, taro mai rai da aka bayana cewa su ne iyalinka, sune Jikin Kristi, kuma haikali na Ruhu Mai Tsarki. Saninka shi ne a ƙaunaci mutanenka, gama kai ƙauna ne.

Na san ba ka yi niya in yi rayuwa ina ta famar yin yaƙin nan mai kyau ni kaɗai a kaɗaice ba. Ka bishe ni zuwa wata Iklisiya inda kake so in yi girma a ƙarƙashin kulawar fasto wanda zai lura da raina, kuma tare da Krista waɗanda zan iya ƙaunarsu – abokan yaƙi waɗanda zan iya morar baye bayena domin ginawa yayin da muke shaida ƙaunarka ga maƙwabtanmu. Na gode domin Iklisiyarka. Ka sa in zama memba mai aikin kirki, kuma in yi girma yayin da nake zumunta a cikinsu, domin Kristi, amin.

Domin Karin Bincike

A www.tumi.org/Sacredroots, muna da sashen da muka keɓe domin Ƙarin kayan bincike a rubuce da kuma vidiyo.

John Eldridge. *Epic: Labarin da Allah Yake Faɗi, Thomas Nelson, Inc; Nashville, TN: 2004.*

Domin Sashe na Gaba

A sashe na gaba, za ka binciki ***Baiwar da Muke Karba*** haɗe da waɗannan batutuwa:

1. Ruhu Mai Tsarki ya yi wa ko wane mai bi baye baye domin bauta wa Jikin.
2. An ba mu 'yanci a cikin Kristi domin mu yi amfani da baye bayenmu
3. An ba mu iko mu yi girma tare cikin tarayya da juna.

Haddacewa

Afisawa 1:3

Aikin Yi A Gida

1. Rubuta 'yar waƙa ko wasiƙa zuwa ga Ubangjii kana gode masa domin dukan abubuwan da ya yi.
2. Ka karanta Nicene Creed a cikin Apendis. A cikin littafin da kake rubuta abubuwa don tunawa, ka taƙaita muhimman abubuwan da suke gaskiya game da rundunar mayaƙa da ka shiga.
3. Ka sami wani ginannen mai bi a cikin Iklisiyarku, ka tambaye shi yadda Iklisiyar ta taimake shi ya iya yin rayuwar Krista, wadda idan da shi kaɗai ne da ba zai iya ba.

DARASI NA 4

BAIWAR DA MUKE KARBA

Aikin Da Ruhu Mai Tsarki Ya Ke Yi A Cikin Yaƙi Mai Kyau Na Bangaskiya

> Ya kuma yi wa waɗansu baiwa su zama manzanni, waɗansu annabawa, waɗansu masu yin bishara,* waɗansu makiyaya, wasu masu koyaswa, domin tsarkaka su samu su iya aikin hidimar Iklisiya domin inganta jikin Almasihu, har mu duka mu riski haɗa kan nan na bangaskiya da Ɗan Allah, da kuma saninsa, mu kai muƙamin cikakken mutum, mu kuma kai ga matsayin nan na falalar Almasihu. An yi wannan kuwa domin kada mu sake zama kamar yara waɗanda ke jujuyawa, iskar kowace koyarwa tana ɗaukar hankalinsu bisa ga wayon mutane da makircinsu da kissoshinsu. Maimakon haka sai mu faɗi gaskiya game da ƙauna, muna girma cikinsa ta kowace hanya, wato Almasihu shi da yake Shugabanmu.
>
> ~ Bulus zuwa Afisawa 4:11-15

Manufa

A ƙarshen wannan sashen, ya kamata ka rungumi baiwar da aka yi mana ta wurin ba da gaskiya cewa:

- Ruhu Mai Tsarki yana zama a cikin kowane mai ba da gaskiya kuma ya yi wa kowa baye baye domin yi wa Jikin Almasihu hidima.
- An ba mu 'yanci a cikin Kristi domin mu yi amfani da baye bayenmu. Bisa ga yadda Ruhu Mai Tsarki ya tanada mana zarafin yin aiki.
- Ta wurin bishewar Ruhu Mai Tsarki, da baye bayensa, da kuma ƙarfinsa, an ba mu isasshen iko mu yi rayuwar zumunta mai ƙarfi tare da waɗansu masu bi a cikin Ikilisiya, muna yin girma tare cikin tarayya da juna.

---

* **Masu aikin bishara** na nufin masu aiki waɗanda Ruhu ya ba su baiwar iya sadar da labari Mai Daɗi na bishara zuwa ga mutane da yawa. Yayin da aka ba dukan masu bi umarni cewa su shaida bishara, waɗansu sun fi waɗansu baiwa a wannan gefen, da kuma zama da taimako domin gina jikin Kiristi.

* **Fastoci** "makiyaya" ne waɗanda aka ba su aikin lura da garken, wato Iklisiya. Dole fastoci su kiyaye garken ta wurin koyaswar Littafi Mai Tsarki, da ba da shawara, da kuma karfafawa, suna yi wa tumakin gargadi game da hatsari, suna kuma bi da garken don su yi aikin Allah a wuraren da suke.

Addu'ar Buɗewa Domin Hikima

Allah Madawwami, a cikin Managarka ka ce a wurinka ne ake samun dukan sani da kuma hikima. Na yarda wannan gaskiya ne, ya Uba, kuma ina roƙon ka ka ba ni hikimarka, domin in iya rarrabe Maganar gaskiya daidai (2 Timoti 2:15). Ina roƙon ka koya mani hanyar da zan bi (Zabura 32:8), ka bi da ƙafafuna. Ka sa kunnuwana su ji muryarka. Ka yi mani gyara yanzu cikin yadda nake yin tunani, da kuma magana, ka bishe ni a lokacin da na ɓata.

Ubangiji, ka ba ni baiwar tantancewa, yayin da nake bincike, ka ba ni iya sanin bambanci tsakanin koyaswa, ruhohi da kuma baye baye na Allah da waɗanda ba na Allah ba. Ka nuna mani ta wurin Ruhunka Mai Tsarki abin da ba nufinka ba, ka ba ni iya gane yadda zan iya aikata nufinka da dukan zuciyata.

Ya Ubangiji ka taimake ni in zama da saurin ji da sauraro, da kuma jinkirin yin magana, da kuma jinkirin fushi (Yakubu 1:19). Bari kalmomin bakina da tunanin zuciyata su sami karɓa a gare ka, ka ba ni ikon faɗin gaskiyarka cikin hikima yadda duk wanda zan yi magana da shi zai gane, ya kuma sami amfani ta wurin gaskiyarka.

Ka koya mani yanzu a cikin binciken nan yayin da nake karɓar Maganarka da koyaswarka. Ina roƙo domin waɗannan abubuwa a cikin sunan nan mai ƙarfi na Yesu, Ubangiji da Mai Cetona, Amin.

Gamuwa

1. **"Ko manzanni da sauran muhimman shugabanni duka sun ƙare?"** A binciken Littafi Mai Tsarki cikin Afisawa, wani sabon tuba ya karanta Afisawa 4:11-15, sai ya yi tambaya cewa, "Ina ɗauka cewa manzanni, da annabawa da mutane irin haka sun ƙare, babu su a cikin Iklisiya. Me wurin nan da na karanta yake nufi? Ko muna da mutanen da suke aiki kamar manzanni da annabawa a yau? Idan haka ne ina suke? Idan na gane abin da Bulus ke cewa, Allah ya ba mu mutanen nan domin su taimake mu mu koyi yi wa waɗansu bishara. Lalle haka na da kyau!" Mene ne kake gani wurin da muka karanta yake nufi a gare mu yau – ko Allah na ci gaba da tanada shugabanni masu baiwa wa Iklisiya domin Krista su iya zama masu aikin Allah na ƙwarai a cikin duniya?

2. **"Ban ma san fastona ba."** A wurin taron addu'a na maza, an kawo maganar buƙatar mu kasance a ƙarƙashin kulawa, da kuma ikon fasto. Sai wani mutum ya ce, "Haka fa, Allah ya tanada mana fastoci domin su kare mu daga ƙarya da kuma hatsari na ruhaniya; su makiyaya ne na Allah, Ubangiji ya ba su iko domin su lura da mu tumaki na Kristi, domin su ciyar da mu da kyau, mu yi ƙarfi, mu zama da shiri domin aikin Allah". Sai wani sabon tuba a Iklisiyar ya ce, "Na ji abin da kake cewa, amma gaskiya ban ga yadda zan sa wannan a zuciyata ba. Sau ɗaya kaɗai na taɓa yin magana da faston, (kuma an daɗe, tun farkon zuwa na Iklisiyar), kuma ban ce na san shi ba, ko kaɗan. Gaskiya ban san fastona ba. Yaya zai iya zama makiyayina idan ban san shi ba?" Wace shawara za ka iya ba

wannan sabon tuban – me kake gaskanta cewa Allah yake niyar yi domin shi game da rashin dangantakarsa da fastonsa?

3. **"Yaya za ka san ainihi kana da Ruhu Mai Tsarki?"** Wata matashiyar Krista wadda ba ta daɗe sosai da zama Krista ba ta damu game da hirar da ta yi a cikin mota tare da wani mutum da ya ce shi Krista ne ɗan "Fentikostal." Mutumin nan ya ce mata tana bukatar Ruhu Mai Tsarki wanda za ta nuna ta wurin "baftismar Ruhu Mai Tsarki," daga nan sai magana da harsuna* ya biyo baya. Sai 'yar'uwar nan ta ce, "Satin da ya wuce a cikin binciken Littafi Mai Tsarki mun koyi cewa duk wanda ya tuba, ya kuma ba da gaskiya ga Yesu, an hatimce shi da Ruhu Mai Tsarki, kuma zai ci gaba da zama a cikin mutumin. Kuma mun koyi cewa yana ba mu baye baye domin su taimake mu mu yi wa waɗansu Krista hidima a cikin jikin Kiristi, kuma harsuna wata baiwa ce ta Ruhu Mai Tsarki – amma ko dole ne kowane Kirista ya sami kowace baiwa? Yaya wannan ke aiki?" Yanzu 'yar'uwar nan tana neman sha'awar ƙarin sani game ga Ruhu Mai Tsarki. Ta yaya za ta ci gaba da koyo?

Abinda Ke Ciki

A sashe na ƙarshe (***Mashigar da Muke Samu***) mun koyi cewa a lokacin da muka ba da gaskiya ga Yesu, an yi mana baftisma a cikin Kristi kuma mun yi gadon albarku da yawa cikin Kristi. Yanzu za mu dubi waɗansu abubuwa da Littafi Mai Tsarki ya ce game da Ruhu Mai Tsarki, da aikinsa da kuma albarkunsa a rayuwar masu bi, sai kuma mu ga yadda yake tanada mana baye baye na musamman, da iyawa dabam dabam domin su taimake mu, mu yi girma, mu zama da ƙarfi yayin da muke tafiya tare da Ubangiji a cikin Labarinsa, muna yin kyakkyawan yaƙi na bangaskiya.

Ruhu Mai Tsarki alkawari ne (soma taɓi/shigan biya) na gadon nan gaba wanda a matsayinmu na Krista za mu samu lokacin da Ubangiji Yesu Kristi ya dawo domin ya kafa Mulkinsa. Ruhu yana ba kowane mai ba da gaskiya baiwa ta ruhaniya domin ƙarfafa (gina) sauran membobi na jikin Kristi a cikin Iklisiya.

Ruhu Mai Tsarki na zuwa ya zauna a cikin kowane mai ba da gaskiya, ba wanda aka bari domin jikin na bukatar kowa ya sa hannu, ya kawo abin

---

* **Magana cikin harsuna** – Lokacin da aka haifi Iklisiya ta wurin zuwan Ruhu Mai Tsarki (Ayyukan Manzanni 2) masu ba da gaskiya sun sami baye baye daga wurinsa, baye bayen sun haɗa da magana cikin harsunan da ba da su suka saba magana ba kullum. An ambaci wannan baiwar a cikin Sabon Alkawari cewa an ba masu ba da gaskiya domin ginuwarsu (1 Korantiyawa 12:1-3). Haka kuma a waɗansu lokatai an ba sabbin tuba wannan baiwa ta yin magana cikin yarurrukan da ba su koya ba, haka ya faru ne a lokacin da suka karɓi Kristi ta wurin bangaskiya (misali Ayyukan Manzanni 10:44-46). A waɗansu Iklisiyoyi yau, an gaskanta cewa dole kowane mai ba da gaskiya ya bi wannan hanya ta yin magana a yaren da ba su taba koyo ba. Waɗansu Iklisiyoyi kuma sun gaskanta cewa wannan baiwa ce ta Ruhu Mai Tsarki da aka ba waɗansu amma ba kowa ba. Waɗansu kuwa sun gaskanta cewa yin magana cikin harsuna na Iklisiyar farko ne kaɗai, kuma ba akan ba masu bi na yau wannan baiwar.

da yake da shi, da kuma haɗa kan dukan membobi na jikin. Ta wurin alherinsa, Allah ya kuma tanada mana gafartawa, da kuma 'yanci daga zunubi, tsaguwa da shan hukunci domin mu sami iya bauta wa waɗansu a cikin sunan Kristi, tare da ƙarfin hali da gabagaɗi. Yana sa mu iya girma yayin da muke yin tunani akan Maganar Allah (tauhidi), muke ɗaukaka sunansa a cikin Maganarsa da kuma ta wurin cin Jibin Ubangiji (sujada) domin mu kafu cikin ruhaniya yayin da muke yin tafiya tare a cikin horaswa ta ruhaniya (almajiranci), da kuma furta Labarin nan Mai Daɗi ta wurin magana da kuma rayuwarmu (shaida bishara).

Yayin da muke ci gaba da yin girma cikin yi wa Allah sujada, da kuma yin wannan yaƙin na bangaskiya, za mu yi girma a cikin bangaskiyarmu domin mu iya koyad da waɗansu masu bi. Idan masu bi suna ƙara yin girma, haka za a yi ta samun haɗin kai a cikin Iklisiya, haka kuwa yana sa Kristi ya ji daɗi.

Ruhu Mai Tsarki shi wakili ne na Allah. Yana nuna gaskiyar Allah, wato idan ka ji Ruhu yana bi da tunaninka, ko yana bi da abubuwan da kake yi, koyaushe bishewarsa na daidai da gaskiyar Maganar Allah. Ruhu Mai Tsarki ba zai taɓa bi da mu kan hanyoyin da ba su yarda da Maganar Allah ba. Ba zai yi ba. Ba zai iya yin haka ba. Shi ne ke wakilyar Yesu, kuma yana ɗaukaka shi. Yana ba da haske ga sauran halaye da kuma hanyoyi na Allah.

Saboda haka duk lokacin da kana jin cewa Ruhu yana bi da rayuwarka sai ka tabbatar ta wuri amsa tambayoyin nan: Ko wannan ya yi daidai da gaskiyar Littafi Mai Tsarki? Idan bai yi ba, ka kawas da shi daga tunaninka. Dukanmu muna iya yin tunani mai zurfi da fadi kuma. Ka tuna da maganar Bulus da ya ba da shawara cewa mu ɗaure irin waɗannan tunane tunanen mu gani ko suna yi wa gaskiyar Kristi biyayya. Idan ba su yarda da Maganar Allah ba, ba daga wurin Ruhu suke ba – kuma kada ya sami wurin zama a cikin tunaninka.

~ Jennifer Rathschild
Self Talk, Soul Talk: What to Say When You Talk to Yourself.
Eugene, OR: Harvest House Publishers, 2001, pp. 54-55

Baiwar da Muke Karɓa
Binciken Littafi Mai Tsarki na Darasi na 4
Ka karanta ayoyin nan na Littafi Mai Tsarki, sai ka amsa tambayoyin a taƙaice dangane da kowace koyawa ta Littafi Mai Tsarki.

1. *Yesu ya yi mana addu'a, da kuma dukan waɗanda za su ba da gaskiya gare shi cewa shi Ubangiji ne da kuma Mai ceto.* Karanta

Yahaya 17:20-26. Ka lisafta abubuwa guda uku da Yesu ya ke roƙa daga wurin Allah Uba a madadinmu.

a.

b.

c.

2. *Yanzu Ruhu Mai Tsarki Yana Zama a cikin kowane Krista wanda ya tuba ya ba da gaskiya a cikin Yesu Kiristi.* Karanta Romawa 8:9-17 sannan ka amsa tambayoyin nan:

   a. Ko mai yiwuwa ne mutum yana da ceto cikin Kristi kuma ba shi da Ruhu Mai Tsarki? (aya 9-10)

   b. Ta yaya za a tada waɗanda suka ba da gaskiya daga matattu? (aya 11)

   c. Ta yaya muke sanin ko waɗanne ne 'ya'yan Allah na gaske? (aya 14-15)?

   d. Ta yaya Ruhu ya ke taimakon mu mu san cewa mu na Allah ne? (aya16-17)

3. *Allah Uba ya ba mu baye baye na ruhaniya saboda alherinsa ta wurin Ruhu Mai Tsarki domin gina jikin nan ɗaya na Kristi.* Karanta Romawa 12:3-8. Ka lisafta waɗansu baye baye na Ruhu Mai Tsarki da aka ambata a wannan wurin.

a.

b.

c.

d.

e.

4. *Ruhu Mai Tsarki ya tanada baye baye dabam dabam, da ayyuka da abubuwa dabam dabam, amma ya ba kowa baiwa ta musamman domin amfani cikin gina sauran Krista.* Karanta 1 Korantiyawa 12:4-11. Ka zaɓi amsar da ta fi yin daidai:

   a. An ba da baye baye na Ruhu domin Krista su ƙara burgewa.

b. An bada baye baye na Ruhu domin amfanin kowa

c. Masu bi za su iya zaɓen baye bayen da suke da su.

d. Waɗansu mutane ba su taɓa samun baiwa ta ruhaniya ba.

5. *Ya kamata masu bi su zama masu lura da baye baye masu al'ajibi na alheri waɗanda Allah ya ba su, suna amfani da su yadda za su ɗaukaka Ubangiji ta wurin Yesu Kristi.* Karanta 1 Bitrus 4:7-11. Haɗa abin da ke daidai da gaskiyar da ke rubuce a gefe.

a. Kaunaci juna	___ Da ƙarfin da Allah ya tanada
b. Yin taimako	___ Tana rufe tulin zunubai.
c. Ku mori baye bayenku	___ Kamar Maganar Allah kuke mora
d. Yi magana	___ Ba tare da gunaguni ba
e. Ku bauta	___ Ku bauta wa juna, kamar masu aiki na alherin Allah

6. *Ruhu Mai Tsarki ya kira mu mu zama masu 'yanci daga laifi da kuma fuskantar hukunci. Ya ba mu iko mu sa Allah ya ji daɗi, kuma ba mu mori 'yancinmu ya zama hujja don yin abin da muka ga dama ba.* Karanta Galatiyawa 5:13-16, sai ka cika filin da aka bari domin amsa.

a. An kira ku domin ____________________

b. Ka da ku mori 'yancinku ya zama zarafin ____________ sai dai domin ________________________ juna.

7. *Muna da zaɓi, ko mu yi rayuwa bisa ga abubuwan da Ruhu Mai Tsarki ke so mu yi, ko kuma mu ci gaba da riƙe tsohon halinmu na zunubi. Duk hanyar da muka zaɓa sakamakon zai nuna a cikin rayuwarmu.* Karanta Galatiyawa 5:16-24, sannan ka amsa tambayoyin ("I" ko "A'a").

a. "I" ko "A'a." Idan muna tafiya cikin Ruhu, ba za mu biye wa abinda tsohon halinmu ya ke so ba.

b. "I" ko "A'a." Ruhu Mai Tsarki yana yarda da tsohon halinmu game da abin da ke daidai.

c. "I" ko "A'a." Yayin da ayyukan tsohon halinmu suke a ɓoye, ana iya ganin 'ya'ya na Ruhu a fili.

8. *Kristi ya yi alkawarin aiko da Ruhu Mai Tsarki domin ya shirya masu bi su yi aikinsa a cikin duniya.* Karanta Yahaya 16:5-15. Lisafta a ƙalla abubuwa guda uku da Yesu ya ce Ruhu Mai Tsarki zai yi mana.

a.

b.

c.

9. *Ana kira ga kowane mai bi da ya haɗa kai ta kowace hanya da Ruhu Mai Tsarki, ana yin biyayya da Kalmominsa da bin abinda zai riƙa gaya wa mutum.* Karanta waɗannan nassoshi ka bayyana yadda za mu amsa wa Ruhu Mai Tsarki.

a. Romawa 8:22-27

b. Afisawa 4:30

c. Galatiyawa 5:16

d. Afisawa 5:18

e. 1 Tassalonikawa 5:19

10 *Allah ba yi maza da mata da baye baye saboda aikin sa jikin Kristi ya zama da ƙarfi, kuma ya yi girma.* Karanta Afisawa 4:11-15. Waɗanne irin shugabanni ne Ubangiji ya ba Iklisiya domin ta iya zama da cikakken girma a cikin Kristi?

11. *Ruhu Mai Tsarki yana ba mu ikon gane gaskiya ta ruhaniya, yana kuma ba mu iko na cika da cikar Allah.* Karanta Afisawa 3:16-19. Lisafta abubuwa guda uku da Bulus ya yi addu'a cewa Ruhu ya yi mana.

a.

b.

c.

A Taƙaice

Yesu ya yi addu'a domin mu da kuma duk wanda zai zo ya ba da gaskiya gare shi cewa shi ne Ubangiji da Mai Ceto. Ya yi alkawari cewa Ruhu Mai Tsarki zai zo ya zauna a cikinmu. Yanzu Ruhu Mai Tsarki yana zama a cikin kowane Krista wanda ya tuba ya kuma ba da gaskiya cikin Yesu Kristi. Ya ba kowane Krista baiwa na musamman da kuma iyawa dabam dabam da ya shirya domin gina masu bi a cikin Kristi, domin ya taimake su, su yi girma cikin Yesu.

Gaskiya, Ruhu Mai Tsarki ne alkawari (soma taɓi/shigan biya) na gadonmu na nan gaba wanda masu bi za su samu lokacin da Yesu ya dawo domin ya kafa Mulkinsa. Allah Uba ya ba kowane mai ba da gaskiya baye baye na ruhaniya ta wurin Ruhu Mai Tsarki domin ƙarfafawa da kuma ginuwar mutanensa. Yayin da akwai baye baye dabam dabam, da ayyuka da abubuwan yi dabam dabam waɗanda Ruhu Mai Tsarki ya tanada, ya ba kowane Krista baye baye na musamman domin mora cikin gina sauran Krista. Kowane Krsita yana da baye baye, kuma ana kira ga kowa ya mori baye bayensa domin sa jikin Kristi ya yi ƙarfi, ya yi girma.

Ana kira gare mu da mu zama masu lura da baye bayen nan na alherin Allah da kyau, yadda Ubangiji kansa zai sami ɗaukaka ta wurin Yesu Kristi. A cikin Ruhu, an ce mu yi rayuwar 'yanci, ba kamar bayi ga tsohon halinmu ba, sai dai waɗanda ta cikinmu Ruhu zai iya ba da 'ya'yansa. Muna bukata mu ji shi, mu bi shi a cikin dukan kome.

Apendis

Apendis ɗin da ya kamata ka bincika, kuma ka yi tunani mai zurfi a kan muhimman abubuwa game da wannan darasi suna nan kamar haka:

Bayyanawarmu na Dogaro: 'Yanci a Cikin Kristi" (Ap. na 9)
Yesu Banazare: Kasancewar Nan Gaba (Ap. na 4)

> Shi wannan numfashin daya ne da ake hurawa cikin sarewa, da kakaki, da bigila, amma ƙara dabam ke fita daga cikin kowanensu. Haka kuwa Ruhu ɗaya ke aiki a cikin mu 'ya'yan Allah, amma sakamako dabam dabam ake samu, kuma Allah yana samun ɗaukaka ta cikinsu bisa ga yadda mutum yake.
>
> ~ Sadhu Sandar Singh.
> Richard J. Foster and James Bryan Smith, Eds.
> *Devotional Classics: Revised Edition:*
> *Selected Readings for Individuals and Groups.*
> Renovare, Inc. (HarperCollins Publishers), New York. 1993, p. 291.

Kwayar Magana

Domin Allah shi ne mai aiki a zukatanku ku nufi abin da ke kyawawa nufinsa, ku kuma aikata su (Filibiyawa 2:13).

Abinda Za a Bincika

Ka karanta waɗannan abubuwa, ka yi tunani a kansu, sannan ka ba da amsoshi da kuma ra'ayinka game da abin da suke nufi, bisa ga sashen da ka yi nazari nan baya kaɗan.

1. **Ko Ruhu Mai Tsarki zai iya taɓa rabuwa da Krista?** Koyaushe kowane mai bi zai iya fuskantar jarabar yin shakkar cetonsa, har ma za su iya yin tunanin cewa Ruhu Mai Tsarki ya rabu da su. Wata koyaswa ta ce mutumin da ya tuba kuma ya ba da gaskiya ga Kristi, domin yi wa Allah rashin biyayya da gangan, zai iya yin abin da zai nuna kamar shi ba ɗan Kristi ba ne kuma. Ka dubi wuraren nan a cikin Maganar Allah ka amsa wannan tambaya mai cewa: Ko Ruhu Mai Tsarki zai iya rabuwa da Krista?

   a. 1 Yahaya 5:11-13:

   b. Afisawa 1:13-14:

   c. Romawa 8:31-39:

2. **Ta yaya zan iya sani cewa wani abu daga wurin Ruhu Mai Tsarki ne ba daga wurina ba?** Ɗaya daga cikin ainihin abubuwan da Krista wanda yake kan yin girma cikin Yesu yake damuwa da shi shi ne samun kamewa cikin tunaninsu da kuma magana karan kanta. Ko da yake mun sami ceto, mu na Yesu Kristi ne, har yanzu magabci yana jin tunaninmu, kuma zai iya ba mu shawara game da abubuwan da ba daga wurin Ubangiji suke ba, kuma ba su da amfani gare mu. Ba kowane tunani da zai zo zuciyarka yake daga wurin Ubangiji ba! Shaiɗan maƙaryaci ne kuma mayaudari (Yahaya 8:44) kuma za mu iya yin nasara a kan shi saboda Ruhu Mai Tsarki (shi mai zama a cikinmu) ya fi shi ƙarfi (1 Yahaya 4:4)!

   Za mu iya bin sawun Ubangijinmu ta wurin ƙin biye wa Shaiɗan ta wurin gane Maganar Allah, da kuma ƙin yarda ya yi mulki kan duka tunaninmu da maganar kanmu da za su iya bi ta cikin zuciyarmu. (Romawa 12:1-2, 2 Korantiyawa 10:3-5). Karanta labarin gwajin da Shaiɗan ya yi wa Yesu, ka kula da yadda ya amsa ƙaryar Shaiɗan ta wurin morar Maganar Allah, za ka iya bin wannan gurbi na Yesu (Matiyu 4:1-11).

3. **Mene ne dangantarkar Ruhu Mai Tsarki da Maganar Allah?** Hanyar da ta fi rashin hatsari, kuma mai ƙarfi da za ka iya sanin tunanin Ruhu ita ce, ka san Maganar Allah. Littafi Mai Tsarki ya ce Ruhu Mai Tsarki ya bi

da marubutan Littafi Mai Tsarki yadda ya zamana abin da suka rubuta Allah kansa ne ya gaya masu, ya bishe su (2 Bitrus 1:20-21; 2 Timoti 3:15-17). Yayinda muke ji ana wa'azin Littafi Mai Tsarki, muna karanta shi, da haddace ayoyinsa, yin binciken shi, muna tunani mai zurfi game da abin da ke cikin shi ta haka za mu iya zuwa ga sanin tunanin Ruhu Mai Tsarki. Makaman yaƙi na Krista suna cikin Maganar Allah, "takobin Ruhu" (Afisawa 6:17). Me ya sa yake da muhimmanci mu auna kowace maganar da muka ji wadda ba ta yarda da koyaswar takobin Ruhu ba, wato Littafi Mai Tsarki (dubi 1 Tassalonikawa 5:19-21)?

Haɗin

A matsayinka na Krista wanda yake kan yin girma, yana da muhimmanci ka gane baiwar Ruhu Mai Tsarki wadda kowane mai ba da gaskiya ga Kristi yake da ita. "A ranar ƙarshe ta idin, wato babbar ranar sai Yesu ya tsaya, ya ɗaga murya ya ce, 'Duk mai jin ƙishirwa ya zo gare ni ya sha. Duk mai gaskatawa da ni, kamar yadda Nassi ya ce, 'Daga zuciyarsa ne kogunan ruwan rai za su gudana". To wannan shi ne ya faɗi game da Ruhu, wanda masu gaskatawa da shi za su karɓa, domin har yanzu ba a ba da Ruhu ba, saboda ba a ɗaukaka Yesu ba tukuna." (Yahaya 7:37-39). A cikinsa ne ku kuma da kuka ji maganar gaskiya, wato bisharar cetonku – a cikinsa, sa'ad da kuka ba da gaskiya kuma, aka hatimce ku da Ruhu Mai Tsarki har zuwa lokacin da Kristi zai dawo ya kwashe mu (Afisawa 1:13-14). Akan daidai lokacin a tarihi, Allah ya aiko da Ɗansa domin ya fanshe mu, domin mu da muka ba da gaskiya a ɗauke mu mu zama 'ya'yansa a cikin iyalinsa. Yanzu domin mu 'ya'yansa ne, Allah ya aiko da Ruhun Yesu zuwa cikin zukatanmu, yana kira da kuka "Ya Abba! Uba!" (Galatiyawa 4:6-7)

Ruhu Mai Tsarki ya kira ka ka samu 'yanci, ka yi tafiya a cikin ƙarfinsa, maganarka ta zama a sane, a gare ka, ta yi maka albarka. An kira mu mu zama marasa laifi, ba za a hukunta mu, ko a ba mu laifi ba. Ba za mu sake biye wa son zuciyarmu, da hanyoyinmu da maida hankali ga zunubi ba. Za mu iya samun sabuwar hanyar yin tunani, sai mu sami sabuwar hanyar rayuwa, kuma mu sami sabbin hanyoyi na yin ma'amala da waɗansu domin Ruhu Mai Tsarki yana a cikinmu. Ba za a tilasta mana mu bi son zuciyarmu na tsohon halinmu na zunubi ba. Kana da zaɓi; za ka iya yin rayuwa tare da abubuwan da Ruhu Mai Tsarki yake so ka yi ko kuma ka manne wa tsohon halinka na zunubi. Ko me ka zaɓa dai akwai girbi (Gal 6:7-9).

Ka zaɓi rai! Yi tafiya cikin Ruhu ba cikin jiki ba. Ka roƙi Ruhu Mai Tsarki ya ba ka ƙarfi. Ka tsaya a cikin Maganarsa (Maganar Allah) ka dinga yi masa magana a kai a kai. Ka dinga yi masa biyayya nan take a cikin dukan abin da ya ce ka yi. Kada ma ka karaya. Yayinda ka ke ƙara " tafiya tare" da Ruhu Mai Tsarki, haka zai fi maka da sauƙi ka saurare shi, ka yi masa biyayya, ka kuma bi bishewarsa.

Tabbaci

Ruhu Mai Tsarki na zama a cikina, yana yi mani bishewa da bani ƙarfin yin aikinsa tare da 'yanci da gaba gaɗi domin Iklisiya ta yi girma cikin haɗin kai zuwa ɗaukakar Allah.

Addu'a

John Chrysostom (349-407) muhimmin shugaba ne a Iklisiya ta farko, an san shi da wa'azi mai kama hankali, kuma ya iya agana a bainar, ko a gaban jama'a. Sunan shi mai laƙabi (Chrysostom) ya samu ne daga Kalmar Helenanci "Chrysostomos" wato ma'anar sunan "mai bakin zinariya."

Addu'a domin Jinƙai, Littafin addu'a na John Chrysostom.

Cikin salama, bari mu yi addu'a ga Ubangiji.
  Ubangiji, ka yi mana jinƙai.
Domin salama daga sama, kuma domin ceton rayukanmu,
bari mu yi addu'a ga Ubangiji.
  Ubangiji, ka yi mana jinƙai.
Domin salamar duniya duka, domin wurin zama mai kyau na Iklisiyoyi masu tsarki na Allah, kuma domin haɗin kan duka, bari mu yi addu'a ga Ubangiji.
  Ubangiji, ka yi mana jinkai.
Domin wannan gida mai tsarki, kuma domin waɗanda da bangaskiya, girmamawa da tsoron Allah su shiga ciki, bari mu yi addu'a ga Ubangiji.
  Ubangiji ka yi mana jinkai.

Domin [bishops namu da sauran] fastoci, da 'yan Iklisiya da aka danƙa masu nawayarsu, bari mu yi addu'a ga Ubangiji.
  Ubangiji, ka yi mana jinƙai.
Domin ƙasarmu, domin mutanenta da waɗanda aka ba su amanar shugabanci da lura da jama'a, bari mu yi addu'a ga Ubangiji.
  Ubangiji, ka yi mana jinƙai.
Yi addu' domin wannan birni, domin dukan birane da ƙasashe, da waɗanda cikin bangaskiya suke zaune a ciki, bari mu yi addu'a ga Ubangiji
  Ubangiji, ka yi mana jinƙai. Amin

~ Roger Geffen. *The Handbook of Public Prayer*. p. 115.

Kuka Daga Zuciya Zuwa Ga Ubangiji

Ya Ruhun Allah, Ruhun Uba da na Dansa, Yesu Kristi, kai ne na uku cikin Tiriniti mai albarka. Kai ne Ruhun gaskiya, na ƙauna, da na tsarki, kuma mun sani cewa Uba ne ya aiko ka zuwa gare mu, bisa ga roƙon Ubangijinmu Yesu. Domin na dogara ga Yesu, ka zo wurina, yanzu kuma ina yi maka sujada, ina kuma ƙaunarka da dukan zuciyata. Na gode domin kana zama a cikina, ka hatimce ni domin ni na Allah ne, kuma kana koya mani Maganar Allah domin in san Allah, kuma in nemi Allah ya zama haskena da ƙarfina. Kai ne ƙarfina.

Ka cika zuciyata da ƙauna domin Ubangiji, da kuma, tsoron Allah. Ka bishe ni kan hanyoyin Ubangiji kuma ka ba ni iko a kan duk wani marmarin yin zunubi, ko na ƙin bin nufinka da aikinka. Ka ba ni iya yin haƙuri da ganewa, domin kada in faɗi cikin zunubi, ka kara mani bangaskiyata domin in riƙe ka, in dogara gare ka, ta wurinka kuma in ƙara zama kamar Yesu Ubangijina. Saboda haka ka sake rayuwata domin ta zama mai tsarki, rayuwar da ka kira ni in yi, ka taimake ni ya Uba wanda ke cikin sama, a cikin dukan komi. Daga gare ka nake, wanda kai tare da Yesu da Ruhu Mai Tsarki kuke mulki cikin Allah ɗaya. Ta wurin Yesu Kristi, Ubangijina na ke addu'a. Amin.

Domin Karin Bincike

*At **www.tumi.org/sacredroots** muna da wani sashe da muka keɓe kayan aiki domin karin bincike a rubuce da kuma cikin vidiyo.*

*Ka je **www.tumiproductions.bandcamp.com** ka fitar da waƙar nan mai suna a turance "Spirit of God", waƙa ce mai neman kasancewar Ruhu Mai Tsarki a cikin rayukanmu.*

Foster, Richard J and James Bryan Smith Eds. *Devotional classics: Revised Edition: Selected Readings from individuals and Groups:* Renovare, Inc. (Harper Collins Publishers), New York, 1993.

Domin Sashe na Gaba

A cikin sashe na gaba za ka dubi ***Hazaƙar da Muke Nunawa***, haɗe da waɗannan batutuwa:

1. Ya kamata mu zama kamar yadda Allah yake, kamar ƙaunatattun 'ya'ya.
2. A matsayinmu na wakilai, muna wakiltar Allah, mu a mutane masu tsarki, masu godiya.
3. Za mu yi rayuwar ƙauna da hidima ga waɗansu.

Haddacewa

Filibiyawa 2:13

Aikin Da Za a Yi a Gida

1. Ka roƙi izni domin ka sami ganin fasto, ko wani dattijo domin ka ga yadda za ka iya yin aiki a cikin Iklisiyarku.
2. Ka tambayi waɗansu kamar mutum biyu waɗanda suka yi girma cikin bi a Iklisiyarku, ko mene ne suke gani su ne baye bayensu, kuma yaya suka gane baye bayensu ne?
3. Ka zaɓi yadda za ka yi hidima a Iklisiyarku, sai ka fara aikin tun yanzu.

Darasi na 5

Hazakar Da Muke Nunawa

Rayuwa a Matsayin Tsarkakan Allah Kuma Jakadun Kristi a Wannan Duniya.

> Saboda haka sai ku zama masu koyi da Allah, in ku ƙaunatattun 'ya'yansa ne. Ku yi zaman ƙauna kamar yadda Kristi ya ƙaunace mu ya kuma ba da kansa domin mu, sadaka mai ƙamshi, hadaya kuma ga Allah. Kada ma a ko a ambaci fasiƙanci da kowane aikin lalata, ko kwaɗayi* a tsakaninku, domin kuwa bai dace da tsarkaka ba*. Haka ma alfasha da zancen banza da wauta, don bai kamta ba, sai dai a maimakon haka ku riƙa gode wa Allah. Kun dai tabbata, ba wani fasiƙi, ko mai aikin lalata, ko mai kwaɗayi (wanda shi da mai bautar gumaka* ɗaya ne), da ya ke da gado a mulkin Almasihu da na Allah.
>
> ~ Bulus zuwa Afisawa 5: 1-5

Manufa

A ƙarshen darasin, za ka rungumi *Hazaƙar da Muke* Nunawa ta wurin gaskata cewa:

- Za mu yi koyi da Allah, a matsayin ƙaunatattun 'ya'yansa.
- A matsayin tsarkaka a cikin Kristi, za mu wakilci Allah a gaban wasu a matsayin tsarkakansa, da jama'arsa, masu cike da godiya.
- A matsayin jakadu, za mu yi wa'azin bisharar ceto ga abokanmu, da iyalanmu, da maƙwabtanmu, muna nuna ƙaunar Kristi a cikin hidimar da muke yi masu.

---

* **Kyashi:** Kyashi marmari ne ko muguwar sha'awa ta son wani abu ko wani wanda na wani ne ba naka ba, hadama ce ta yi kanta saboda tsabagen son kai da rashin kula da nufin Allah a cikin rayuwa saboda fahariya.

* **Tsattsarka:** Tsattsarka mutum ne wanda aka keɓe domin Ubangiji Allah ya mallake shi, wanda ana iya ganin haka cikin hidima da sujada. Wani lokaci cikin kuskure sai a riƙa nufin mutum wanda yake da kirki sosai kuma mai bin addini da kyau. Amma kalma "tsattsarka" ko "tsarkakke" ko "tsarkakewa", dukansu akan manufa ɗaya suke: akan keɓe abu domin manufa ta musamman. Misali idan kana da wata riga ta musamman, ko takalman da ka ke sawa a ranaku na musamman, waɗannan kaya an "keɓe su" domin rana ta musamman. Haka ya ke ga "tsarkaka", mutane ne su kamar kowa waɗanda Allah ya keɓe su domin su yi masa sujada da hidima.

* **Mai bautar gumaka –** mai bautar gumaka mutum ne wanda ke bauta wa hallitattun abubuwa maimakon mahallicin. Saboda mutane suna so su ga kyan rayuwarsu, rayuwa marar matsala, sun gwada neman iko akan yanayin da ke kewaye da su ta wurin samun tagomashi daga wurin mai ikon da basu iya gane wa ba. Saboda haka ne mutane sukan bauta wa wasu kamannin kamar allan ruwan sama, yanayi ko allan nasara a lokacin yaki, suna yi masu sujada maimakon dogara ga mahallici. Wasu kuma hadama ce ta sa suka dogara ga yadda ake gudanar da wasu abubuwa kamar jari-hajja, ilimi, ayyukan addini ko ƙarfin sojoji. Saboda haka mai bautar gumaka shine mai neman biyan buƙata daga wani wanda ba Allah ba.

Buɗewa da Addu'a Domin Hikima

Ubana wanda ke cikin sama ka faɗa mana a cikin Maganarka cewa kai ne tushen kowane sani da hikima. Na haƙiƙance da wannan gaskiyar ya Ubangiji, ya Uba, kuma ina roƙo Ka cika ni da hikima wadda ta ke daga gareka, domin in iya rabe kalmar gaskiya (2 Tim. 2:15). In Ka yarda Ka bani umurninka, Ka kuma koya mani hanyar da zan bi (Zab. 32: 8), Ka bi da ƙafafuna. Ka sa kunnuwana su ji muryarka, Ka kuma yi gyara yanzu a kan yadda nake yin tunani da magana, Ka bishe ni inda na kauce.

Uba, Ka bani baiwar rarrabewa, Ka kuma sa in iya yin bincike in san bambanci tsakanin koyarwa mai kyau da muguwar koyarwa, tsakanin ruhohi da baye-baye. Ka nuna mani ta wurin Ruhu Mai Tsarki game da nufinKa, Ka kuma ba ni haske na yadda zan aikata nufinka da zuciya ɗaya.

Yau Ubangiji, in Ka yarda Ka taimake ni in zama mai saurin ji, amma ba mai saurin yin magana ba, kuma ba mai saurin yin fushi ba (Yak. 1:19). Bari kalmomin bakina da tunanin zuciyata su zama abin karɓa a gare Ka. Ka taimake ni in riƙa furta gaskiyar Maganarka cikin hikima don ya zama cewa duk wanda na yi mashi magana zai fahimta ya kuma ci albarkacin gaskiyarka.

Ka koya mani, a cikin binciken nan a yadda zan karɓi Maganarka da Umurninka. Na yi roƙo domin waɗannan a cikin sunan nan mai girma na Yesu, Ubangiji na da Mai Cetona, amin.

Gamuwa

1. **"Ina zan sami ƙarfin halin yin wannan, ina nufin, zama kamar Shi?".** A matsayin wani ɓangare na rayuwarsa ta da, wani matashi Krista yana ɗaya daga cikin mutanen da suka tsani wata al'umma, wato "Farar fata". Duk abubuwan da ƙungiyarsa suka yi, da duk abubuwan da suka ce, da dukan abubuwan da suka so ya danganta ne akan kushe fararen mutane domin abubuwan da suka yi ba ya cikin tarihi. Ƙungiyar tasa ta ƙudura da sai ta rama ƙuncin da aka sa mutanensu a ciki da tashin hankalin da su ka haddasa ma wasu a baya, za su tabbata cewa sun rama ta kowace hanya a koyaushe da kuma ko ta yaya suka ga za su iya. Da ya tuba ya ba da gaskiya ga Kristi, sai wannan matashi ya fita daga ƙungiyar, ya kuma dena ƙin fararen mutane, sai dai damuwarsa ta zama ta yadda zai yi rayuwa ba tare da ya koma baya ba ga halin da, da kuma dena ƙin fararen mutane, da yin maganganu da irin rayuwar da ya daɗe yana yi ba.

   Bayan fama da irin wannan tunani na ɗan lokaci, sai ya ce, "Ba na so in zama kamar yadda na ke da, kuma gashi na ƙara gane cewa Ubangiji yana so in zama kamar Shi. Amma a gaskiya, a ina zan samu ƙarfin yin haka, ina nufin, zama kamar Shi?" Wace shawara za ka ba wannan matashi Krista da ya ke fama game da wannan batu?

2. **"Ban taɓa zama tsattsarke ba, kuma ban yi tsammani zan taɓa zama ɗaya daga cikin irin waɗannan mutanen ba. Ni tsattsarke?"** A wani lokaci da ina binciken Littafi Mai Tsarki tare da wani Krista matashi (a gaskiya mai matsakaitun shekaru ne), sai a cikin koyarwa muka tarar da cewa Allah ya sa zuciya mu yi rayuwa irin ta tsarkakansa a cikin Kristi. Nassoshi sun nuna a fili cewa mu yi rayuwa irin wadda za ta sa na kusa da mu su ga cewa muna wakiltar Allah a cikin dukan abinda mu ke yi. An kiraye mu mu yi rayuwa irin ta waɗanda aka keɓe domin Allah ya yi amfani da su ya cimna nufinsa, a matsayin tsarkakansa, masu rayuwa a cike da godiya. Matashin nan bai iya ganin yadda zai iya zama haka ba, saboda yana duban abubuwan da ya aikata a baya, da irin rayuwar da ya yi. Ya yi mamakin yadda Allah ya kira mu "tsarkaka" bayan duk abubuwan da muka aikata a da.

3. **"Zama Krista kamar zama wani wakili na asirce ne domin Mulkin Allah!"** Wataƙila ka taɓa ganin fim, wato majigi, na 'yan leƙen asiri inda ɗan leƙen asirin zai kutsa kai cikin harkokin wata ƙasa domin ƙasarsa. Mai yiwuwa ka taɓa jin labari har ka ga yadda jakada ya yi magana cikin ra'ayin ƙasarsa game da wani abu da ake magana akai, dangane da yadda ya shafi ƙasar tasa. Lokacin da shi ko ita ke magana, suna yi ne a madadin ƙasarsu, wato kamar a ce ƙasar ce gaba ɗaya ta ke magana tana nuna nata matsayi akan batun. Ta yaya Littafi Mai Tsarki ya yi amfani da misalin jakada domin mu gane da abinda ya zama dole mu yi a matsayinmu na Krista a cikin iyalanmu, da abokanmu, da mutanen da muke hurɗa da su, da maƙwabtanmu, muna aiki kamar wakilan Ubangiji kuma a matsayin jakadun Mulkin?

Abinda Ke Ciki

A cikin darasi na ƙarshe (***Baiwar da Muke Yi Karɓa***) ka san cewa, lokacin da aka cece ka, Allah Ruhu Mai Tsarki ya ba ka baiwa ko baye-bayen da za ka yi amfani da su domin gina jikin Almasihu (Iklisiyar Alamsihu). Yanzu za ka gano yadda Allah. Yake so ya yi amfani da kai ta hanyoyi masu kyau domin ka wakilce Shi a duniya yayinda ka ke yaƙin nan mai kyau na bangaskiya.

Yanzu da muka zama 'ya'yan Allah ta wurin bangaskiya a cikin Yesu Kristi (1 Yah. 3: 1-3), ana kira gare mu da mu zama kamar Ubangiji, mu yi hali irin na Ubangiji Allah, mu yi abubuwa kamarsa, mu kuma ƙaunaci wasu da irin ƙauna wadda za ta nuna kamar yana zaune a cikinmu a wannan duniya. Ana kiran mu "tsarkaka", masu tsarki na Allah, waɗanda aka maida su adalai ta wurin bangaskiyarmu a cikin Kristi, tsarkaka wanda jinin Yesu ya maida mu wankakku daga zunubi. Allah ne ya so "tsarkakewarmu" (zama keɓaɓɓu domin Allah ya yi amfani da mu), wato ta kowane ɓangare na rayuwarmu – da tunaninmu, da halayenmu, da maganarmu, da yadda muke tafiyar da harkokinmu da dangantakarmu da wasu - mu nuna wa wasu cewa mu na Kristi ne, kuma za a iya ganin mulkinsa a cikinmu mu, da cikin Iklisiya kuma.

Mu a matsayinmu na masu ba da gaskiya da muka fito daga rayuwa iri dabam dabam ya zama dole mu ɗauki hidimar tsarkaka, a kuma bari Ruhu Mai Tsarki ta wurin lokaci da horaswa, ya maida mu mu zama abinda Uba ya ce mu ke. Kowannen mu na da bukata ta sanin yadda zamu kame jikunanmu a cikin tsarki da girmamawa, domin Allah bai kira mu domin mu yi rayuwa a son kai da sha'awa ba, amma domin sabuwar rayuwa wadda ta ke mai tsarki kuma – rayuwar da za ta ɗaukaka Shi.

Bugu da ƙari, an maida mu jakadu domin Kristi, kuma yanzu Allah yana miƙa roƙonsa ga wasu ta wurinmu. A lokacin da muke ayyana Yesu a matsayin Ubangiji, muna kuma miƙa rai a cikin sunansa ga dukan wanda ya ba da gaskiya, za mu iya tabbatar da saƙonmu ta wurin yadda muke rayuwa, da maganarmu da yadda muke ɗaukar abubuwa. Yanzu a matsayin jakadunsa, an kira mu ga zama wakilansa, mu aiwatar da abinda ya ke so, mu riƙa faɗar Maganarsa, mu zama dabam da waɗanda ba su san shi ba.

Maimakon mu kwaikwayi sauran duniya, sai mu nuna kanmu a matsayin mutanen da aka sake su, cike da godiya. Mu jakadun Kristi ne. Mun juya wa ƙazamen ayyuka baya, mun yi sallama da rayuwar zunubi, muna rayuwa tare da Allah, rayuwar da ke girmama Allah, muna nuna ma wasu irin wannan rayuwa da ake samu a cikin Yesu Kristi, Allahanmu da Mai Cetonmu. Mu kayan aikin Shi ne da Allah ya keɓe domin kawo ɗaukaka gare shi ta wurin ayyuka iri-iri masu kyau da ya riga ya shirya dominmu. Za mu ƙaunaci wasu mu yi masu hidima, mu ba da labarin shi, mu gayyaci wasu su haɗa kai da mu, musamman waɗanda suke kurkusa da mu , a cikin iyalanmu da abokanmu.

A fili yake anan cewa ba a raba ci gaban mulkin Allah daga tausayi, da jinƙai, da adalci ba. Ya zama dole mu maida Iklisiya a kan wannan tushe na zama da tausayi, da jinƙai, da adalci. Tausayi na wakiltar ƙaunar Allah da ke cikinmu, tana kuma fitowa ta cikinmu, tana kuma sa mu zama da juyayi domin ɓatattu da kuma sa mu so ganin cewa sun samu sabon rai. Jinƙanmu ita ce yadda muke yi ma masu karyayyar zuciya ko jama'ar yankin da aka karya masu zuciya. Wannan ke sa muke gujewa da sauri daga tunani wanda ke sa a yi saurin ɗora ma wasu laifi da shari'anta mutane domin yadda suke da inda suke. Ko idan ma mutane suna cikin yanayi marar kyau saboda irin shawarar da suka yanke ma kansu ko suka ɗauka, jinƙai ke sa mu yi masu abu fiye da yadda za su zata ko bukata. Haka Allah ya kalle mu ta wurin wani lokacin da muke rayuwa nesa da tafarkin Allah.

~ Efrem Smith. *The Post Black & Post White Church: Becoming The Beloved Community in a Multi-ethnic World.* San Francisco, CA: Jossey-Bass, 2012, page 59.

Hazakar Da Muke Nunawa
Darasi na 5 Binciken Littafi Mai Tsarki

Karanta Nassoshin da ke biye, ka kuma ba da amsa a takaice na tambayoyin da suka shafi kowace koyaswar Littafi Mai Tsarki.

1. *Muna hade da Yesu Kristi a matsayin ranmu, kuma muna ba da 'ya'ya a cikin rayuwarmu (yin rayuwa mai tsarki, muna nuna kaunar Kristi) saboda muna zumunci (dangantaka ta kullayaumi) tare da shi.* Karanta Yahaya 15:1-8 ka kuma amsa wadannan tambayoyin:

   a. Bisa ga fahimtar Yesu game da itacen, da manomin, da rassan, wane ne Kristi, wanene Uba, kuma su mane ne mu?

   b. Idan reshen bai zauna a cikin shi ba, ya kuma kasa jawo rai da albarka daga gare shi, wannan reshen zai iya ba da 'ya'ya da kanshi?

   c. Ta yaya bisa ga fadar Yesu Uban ya ke samun daukaka a cikin abinda muke yi?

2. *Kowane mutum a cikin Kristi sabuwar halitta ne, an kiraye su ga zaman tsarki da kuma yin rayuwa a matsayin jakadun Kristi a inda suke.* Karanta 2 Korantiyawa 5: 17-6:2

   a. Wane aiki ne Allah ya ba mu (aya ta 18)?

   b. Mene ne Allah ya yi a cikin Kristi da ya sa canzawa da sabon rai suka zama a yalwace ga dukan mai ba da gaskiya? (aya ta 19)

   c. Wane matsayi aka ba mu domin wakilta da yin roko a cikin sunan Allah domin wasu? (aya ta 20)

   d. Yi bayani game da irin rokon da ya kamata mu yi a madadin Allah (aya ta 21)

3. *Ana kira ga wadanda suka ba da gaskiya da su zama wakilan Kristi da mulkinsa mai daraja a gaban mutane a duniya, a cikin dukan abinda suke yi da kuma abinda suke cewa. Karanta Matta 5:13-16.* Cika wurin da aka bari domin rubuta amsa

   a. Mu ne __________ duniya

   b. Mu ne __________ duniya

c. Bari _________ ya haskaka domin mutane su ga _______________ su kuma ba da ɗaukaka ga _________.

4. *Waɗanda suka ba da gaskiya za su yi rayuwa marar aibi a matsayin ainihin 'ya'yan Allah, masu haskakawa kamar taurari a cikin duniya mai duhu da zunubi.* Karanta Filibiyawa 2:12-16. Ka hada abinda aka ce a hannun hagu da wanda ya yi daidai da na hannun dama.

a. Yi aikin cetonku	___ Domin Allah ne mai aiki a zukatanku
b. Yi dukan abu	___ Kamar fitilu a duniya
c. Domin ku zama marasa aibi kuma marasa laifi	___ A ranar Kristi (Bulus) bai yi tsere a banza ba.
d. Waɗanda kuke haskakawa a cikinsu	___ Ba tare da gunaguni ko tambaya ba
e. Riƙe maganar Allah mai bada rai kankam	___ 'Ya'yan Allah marasa aibi

5. *Nufin Allah ga dukan masu ba da gaskiya shi ne na su yi rayuwa mai tsabta, rayuwa mai tsarki, ana bin sharuɗɗan da Ubangidanmu, Yesu Kristi da kansa ya ba mu su.* Karanta 1 Tassolonikawa 4: 1-8. Me Bulus ya ce mana mu yi domin mu daɗaɗa wa Allah rai?

6. *A matsayin masu ba da gaskiya ga Kristi, mu ƙwallafa ranmu a kan abubuwan da ke na sama, mu bi dokokinsa na rayuwa mai tsarki yayinda muke rayuwa a gaban wasu a nan duniya.* Karanta Kolosiyawa 3: 1-17, sannan ka amsa tambayoyi na biye:

   a. Yaya za mu dubi kanmu, yanzu da aka haɗa mu da Kristi? (aya 1-4).

   b. Wane hali zamu nuna game da waɗannan abubuwa da suke na "wannan duniya?" (aya 5-9)

   c. Wane hali zamu nuna dangane da tsohon halinmu da sabon halinmu na yanzu? (aya 9-10)

   d. Waɗanne halaye ne zamu ɗauka, yanzu da mu zaɓaɓɓu ne na Allah? (aya 11-17)

7. Alherin Allah ne ke mana jagora akan yadda zamu yi rayuwa mu kuma yi ayyuka masu kyau a lokacin da muke shirin zuwan Kristi na biyu. Karanta Titus 2: 11-14. Ka cika layin da aka bari da amsa.

   a. Alherin Allah mai kawo ceto ne ya hora mu domin mu ƙi ________ mu kuma yi rayuwa ____________ a lokacin da muke jiran abin da muke bege mai albarka.

   b. Yesu ya ba da kanshi domin mu don ya ceto mu daga __________ ya kuma tsabtace mu a matsayin mutanensa waɗanda suke kuma da himma domin _________

A Taƙaice

A matsayin ƙaunatattun 'ya'yan Allah ta wurin bangaskiya a cikin Kristi Yesu, an kira mu da mu zama masu bin gurbin Allah, mu zama kamar Ubangijinmu, mu riƙa kula da wasu cikin ƙauna. Mu, kamar yadda yake, mu membobin shi ne a wannan duniya, kamar yana rayuwa a cikin duniya ta wurin mu. Saboda haka ake kiran mu "tsarkaka" na Allah, waɗanda aka maida su adalai ta wurin bangaskiya a cikin Yesu. An keɓe mu domin mu yi rayuwa mai tsabta mai tsarki kuma a gaban Ubangiji. Ya zama mu tsarkakakku ne (an keɓe mu, mu zama na Allah, kuma kayan aiki a hannunsa), domin mu iya nuna wa, mu kuma gaya ma wasu cewa mu na Kristi ne, domin su ma su san cewa za su iya samun sakewa ta wurin wannan bisharar da ta canza mu. Da gaske, Allah bai kira mu mu yi ƙazamar rayuwa ba, amma ta tsarki da adalci.

Ban da kiran da aka yi mana na zama tsarkaka, an kuma maida mu jakadun Kristi, muna wakiltar Yesu da mulkin Allah ta yadda muke yin dangantaka da gudanar da ayyukanmu. Mu wakilai ne na Mulkin Allah, 'yan mulkin sama ta Allah, saboda haka aka ba mu iko na isar da roƙon da Allah yake yi ga wasu a cikin sunansa. Dole mu yi hankali domin mu iya yin haka filla-filla, da kyau, da gaba-gaɗi kuma. A cikin magana da aikatawa mu shaida Yesu Banazare a matsayin Ubangiji da Kristi kuma, Sarkin duniya mai zuwa. Ta wurin bisharar da muke yi muna ba da rai a cikin sunansa ga duk wanda zai tuba ya ba da gaskiya, kuma ta wurin ƙaunar da muke nunawa da ayyuka masu kyau, ana iya ganin wane irin mulki muke magana a kai. Ta wurin ayyukanmu, muna rayuwa irin ta 'ya'yan Allah ta wurin Nunawa da Faɗi a kullum ga iyalanmu,da abokanmu, da maƙwabtanmu, suna gani a bayyane abinda ake nufi da zama cikin Mulkin Allah.

Ba wanda zai iya zama tsattsarke ya kuma zama jakadan Kristi a cikin ƙarfi da yin kansa. Kristi na zaune a cikinmu ta wurin Ruhu Mai Tsarki, zamu iya wakiltar shi ne kadai idan muka yi tafiya da shi. Kamar yadda muke dogara ga Kristi, haka zamu wakilce shi da kyau.

Apendis

Wasu ƙarin bayani da za ka yi binciken su ka kuma yi bimbini a kansu game da wannan darasi su ne:

Al'amarin Cikin Gida [Zancen Oikos] (Ap. na 10)
Sadar da Almasihu: Dangantakar Littattafan Bishara (Ap. na 19).
Ci Gaba Ta Wurin Duba Baya: Koƙarin dawo da Babbar Al'ada ta Shaida Bishara (Ap. na 16)

> Na kan ji kunya idan na yi tunani cewa Krista zai iya ɓata rai ko ma ya zubda hawaye saboda ya yi wani abu domin Kristi wanda wani ɗan duniya zai ji daɗin yin shi muddar za a biya shi.
>
> ~ Hannah Witall Smith.
> Richard J. Foster and James Bryan Smith, Eds.
> *Devotional Classics: Revised Edition: Selected Readings for Individuals and Groups.*
> Renovare, Inc. (HarperCollins Publishers), New York. 1993, p. 239.

> Allah ya kiraye mu mu yi aiki da shi domin juya garuruwanmu zuwa biranen Allah. Kamar taken Mulkin shalom da ƙasa mai cike da kayayyaki, wannan haƙiƙa duniyanci ne, abinda ya dami Allah ba "manyan gidaje a cikin sararin sama" ba ne amma jama'ar da za su iya samun rai da ke zaune a duniya ne damuwarsa. A ƙarshe zai tada nashi birnin da mulkin idan lokaci ya yi, ya "maida komi inda ya kamata" (Ayyu. Man. 3:21), kuma za a shari'anta miyagu. Amma abinda ya dami Allah da aikin da ke gaban Iklisiya ya haɗa da na maida birnin ya zama mazaunin adalci da salama a yanzu, maimakon zama wurin lalataswa da guje-guje. Wannan na bukatar shaida mai kyau ta Yesu Kristi rayayye a matsayin Mai Ceto da Ubangiji Maɗaukaki.
>
> ~ Howard A. Snyder. *Kingdom, Church and World: Biblical Themes for Today.*
> Eugene, OR: Wiff and Stock Publishers, 2001, p. 48.

Ka'idar

Mu aikinsa ne, an sake halittarmu a cikin Kristi domin mu yi kyawawan ayyuka (Afisawa 2:10)

Domin Bincike

A karanta sannan a dubi misalan da abubuwan da suka ƙunsa daga nan a ba da amsoshi da haske akan shawarar da za a ɗauka bisa ga nassin da aka bincika.

1. Me yakan faru idan muka faɗi? Sau da yawa sabbin tuba sukan sami kansu da marmari ko sha'awar amsa kiran Allah domin zama tsarkakansa da jakadunsa. A lokacin da suke yin tafiya tare da Ubangiji, sukan ƙara samun ƙarfi, amma, saboda jarabobin duniya, da ƙaryar Shaiɗan, da tsohon hali na da, sukan kasa, su faɗa cikin zunubi.

   Me yakan faru da mu ne idan muka faɗi, ko muka faɗi fiye da sau ɗaya, ko cikin zunubi iri ɗaya? Mutumin da ya ce da kansa mai bi ne amma ya faɗi – ana iya ce da wannan mutumin mai ba da gaskiya ke nan? Muna kan gwaji ne, wato ceton na nan amma idan mun faɗi shi ke nan – an soke komi ke nan? Za a ɗauke su a matsayin tsarkaka da jakadu, bayan sun yi ba daidai ba? Karanta nassoshin da ke biye, ka nuna wa wani mai bi amsarka domin ƙari da bishewa:
   - 1 Yahaya 1: 5-10
   - Karin Magana (Misalai) 24: 16
   - Yakubu 5:16
   - Zabura 32:3-5
   - Karin Magana 28:12-13

2. **Akwai wani matsayi guda na Krista akan kowane abu a cikin al'umma?** Zama a matsayin tsarkaka na Allah da kuma jakadun Kristi na da daɗi da ƙarfafawa, amma ba shi da sauƙi. Mu yi hankali kada mu ruɗe, mu haɗa tunaninmu da matsayin Allah game da abinda ake magana akai, kuma kada mu zama masu saurin yin na'am da abinda mai wa'azi a telebijin ya ke tunani ko koyarwa kamar shi ne tamkar gaskiyar abin. Haka kuma a ɗaya gefen akwai Krista masu tsoron Allah waɗanda da gaske zasu faɗi gaskiya game da batun. A kowane gefe akwai masu ra'ayi dabam da na dayan gefe. Kowannensu kuwa na cewa bias ga Littafi Mai Tsarki, suna cewa ra'ayinsu ne daidai dangane da matsayin "Kristi" game da batun. Me Krista zai yi idan ya gamu da mai bin gaske amma yana da nashi ra'ayin game da abinda ake gardama a kai? Dole ne a koyaushe ya zamana ra'ayin da yake a fili ne wanda kuma shi ne "daidai" game da kowace magana da ta taso a cikin al'umma? Ta wace hanya Romawa 14:1 -12 ta ke taimakonmu gane wa da irin waɗannan matsaloli a lokacin da muke tafiya da Ubangiji?

3. **Yadda muke tafiyar da rayuwarmu ke yin magana fiye da yadda in mun buɗe baki.** Ba sai an faɗa ba, yadda muke na yin magana da ƙarfi fiye da abinda muke cewa a gaban mutane. Dole mu yi hanakali don kada mu riƙa cewa mu 'ya'yan mulkin Allah ne da baki kawai, amma rayuwarmu ta nuna hakan domin wasu su iya gani su kuma zama shaida ga wannan gaskiyar. Manzo Yahaya ya ba mu misali a wasiƙarsa ta fari.

1 Yahaya 3: 16-18 – Yadda muka san ƙauna ke nan, wato ta wurin ba da ransa da ya yi saboda mu. Mu kuma ya kamata mu ba da ranmu saboda 'yan'uwa. Duk kuwa wanda ke da abin hannunsa, yake kuma ganin ɗan'uwansa da rashi, sa'annan ya rufe ido gare shi, ƙaƙa ƙaunar Allah ke zaune a cikinsa? Ya ku 'ya'yana ƙanana kada mu nuna ƙauna da fatar baki kawai, sai dai da aikatawa a kuma cikin gaskiya.

Littafi Mai Tsarki ya yi kira sosai ga masu ba da gaskiya da su tabbata cewa ƙaunar da suke nunawa sahihiya ce (Rom.12:9), a iya ganinta ta wurin yadda muke yi ma wasu hidima (Gal. 5: 13), ba kawai ta wurin yin kalamai masu daɗi ba amma ya zama ta wurin aikatawa (Yakubu 2:15-17). A ganinka me ya sa Ubangiji ya jaddada cewa akwai bukatar a ga ƙaunar mu, ba kawai da baki ba, amma ta zama a fili cikin ayyuka masu kyau da mutane za su gani su ɗanɗana?

Haɗin

Yanzu, dole mu yi tunani game da irin hanyoyin da za a fitar da wannan zahirin gaskiya ta Littafi Mai Tsarki ta yadda za ta shafi rayuwarka a yanzu. Tun da kai ɗaya daga cikin ƙaunatattun 'ya'yan Allah ne ta wurin bangaskiya a cikin Yesu Kristi, an kira ka da ka zama mai bin gurbin Ubangiji, ana kiranka tsattsarke, mai tsarki na Allah! Yi tunani akan yadda za ka riƙa gudanar da ayyukanka, yadda za ka yi magana, da yadda za ka riƙa maida martani, da yin dangantaka da iyali da abokai, da kula da wasu. Ka roƙi Ruhu Mai Tsarki ya ƙarfafa ka, ya ba ka hikima don ka iya yin rayuwa a koyaushe a kan kiran da Allah ya yi maka, tare da mutanen da ka ke dangantaka da su. Waɗanne abubuwa ne ka ke bukata ka dena, abubuwan da za su hana ka samun albarkar ƙasancewa da Kristi, ko su hana ka barin shaida mai kyau ga wasu?

Kuma, kai jakade ne na Kristi, kirayayye domin ka wakilci Kristi da Mulkin shi a cikin dukan abinda ka ke faɗi da yi. Wace hanya ta fi dacewa da za ka yi dangantaka, ko ma'amala da wasu da za ta ba su kyakkyawan hoton yadda Kristi yake, da kuma game da mulkinsa? Kada ka ji tsoro ka faɗi gaskiya. Yana iya zama dole ka dena wasu abubuwa gaba ɗaya, ko ya zama dole ka fara wasu abubuwa, ko ka canza yadda ka ke yin wasu abubuwa ko ma dangantaka. Allah na iya sa ka ci gaba da yin wani abu, ko ya sa ka ƙara yawan abinda ka ke yi dîn, ko kuma ya sa ka yi aikin tare da wasu. Ka bar zuciyarka a buɗe domin Ruhu Mai Tsarki a lokacin da yake yi maka magana game da zamanka na tsattsarke da zamanka na jakada, sannan ka yi duk abinda ya umurce ka. Tuna da cewa tsoron Allah shi ne biyayya, kamar yadda aka ambata sau fiye da a ƙirga, kullum kullum ka ji ka yi biyayya da abinda Allah ya faɗa maka, ka yi rayuwa a cikin sabon kamanninka na matsayin tsattsarke na Allah, kuma jakadan Kristi.

Hadin

Saboda ikon Allah da yake aiki a cikina, zan iya bin halayen Allah, ina wakiltar Allah a matsayin jakada ta wurin ƙauna da yi wa wasu hidimomi.

Addu'a

Augustine na Hippo (354-430), wani ɗan tauhidi ne mai zuzzurfan tunani wanda rubucen rubucen shi sun taimaka ga sa Iklisiya ta yi girma a lokacin wayewar ƙasashen yamma. Shi da Bishop ne na Hippo (wadda a yau ake kira Algeria). Ana ganin shi a matsayin ɗaya daga cikin manyan iyayen Iklisiya. Daga cikin muhimman rubuce rubucen da ya yi akwai "City of God" da "Confessions".

Addu'a domin Sanin Allah, Augustine

Ubangiji Yesu, ka sa in san kaina in kuma san Ka, in zama mai marmarin sanin ka kai kaɗai.
Bari in ƙasƙantar da kaina kai kuma ka ɗaukaka.
Bari tunani na ya zama ba komi ba sai a kan ka kawai.
Bari lamiri na ya mutu in kuma yi rayuwa a cikinKa.
Bari in karɓi duk abinda ya faru ya zama daga gare ka ne.
Bari in kau da son zuciya in kuma bi ka, buri na ya zama na in bi ka ne.

Bari in bar iyawata in nemi mafaka a cikinKa, domin in cancanci zama wanda kai ne kariyata.
Bari in taimaki kaina, bari in ji tsoronKa, in kuma zama ɗaya daga cikin waɗanda kai ka zaɓa.
Bari in zama ba ina dogaro ga kaina ba amma ina sa dogara ta gare Ka.
Bari in zama mai yin biyayya saboda kai.
Bari in manne maka kai kaɗai kuma in zama matalauci saboda kai.
Ka dube ni don in zama mai ƙaunar Ka.
Ka kira ni domin in iya ganinKa,
in kuma zama da farin ciki har abada.

~ Don L. Davis. *A Sojourner's Quest*.
Wichita, KS: The Urban Ministry Institute, 2010, pp. 93-94.

Kuka Daga Zuciya Zuwa Ga Ubangiji

Allah wanda ke cikin sama kuma Uba ga Ubangijinmu Yesu Kristi, na gode da ka kira ni domin in zama tsattsarke da jakadan Kristi. Ina so in wakilce ka a cikin dukan abubuwan da nake yi, ka sa in juya bayana ga al'amuran duhu na wannan duniya, in sa kai ga kiran da ka yi mani na rayuwa cikin Mulkinka mai zuwa. In ka yarda Uba, ka bani ikon zama tsattsarke, in yi zaman tsabta da tsarki a gabanka kowace rana. Yi tafiya tare da ni, Ka kuma taimake ni. Bari in fuskanci kowace rana tare da bege da gaba-gaɗi, sanin cewa Ruhunka yana tare da ni kuma zai taimake ni a duk lokacin da na fuskanci wahala da ƙalubalan kowace rana.

A matsayina na tsattsarke, kuma jakadanka, kada ka bari in tsinke hurɗa da kai yau, ka taimake ni in tuna cewa a cikin dukan komi ni ba na kaina ba ne. Ka saye ni da farashin da kuɗin shi ba ya ƙiyastuwa, wato jinin Yesu, kuma yanzu ni naka ne. Ko da mene ne zan gamu da su yau, ka sa tunanina da zuciyata a cikin hannunka. Ka taimaka ka sa wasu su ganka ta wurina, a cikin abinda nake yi, da yadda na ke yi, da yadda zan yi hurɗa da kowa a yau. Ka buɗe mani idanuna sosai don in ga yadda zan ƙara yin abinda zai kawo maka ɗaukaka a cikin dukan abinda zan ce ko zan yi. Akan waɗannan abubuwa nake addu'a, cikin sunan Yesu Kristi, Ubangijina, amin.

Domin Ƙarin Bincike

A www.tumi.org/sacredroots, muna da sashe na musamman da aka keɓe domin ƙarin rubuce rubuce da bidiyoyi.

"Don L. Davis. Vision fo Mission: Nurturing an Apostolic Heart. Wichita, KS: The Urban Ministry Institute, 2002 (Za'a iya samun waɗannan kayan aiki a yanar gizo, www.tumistore.org)

Domin Sashe Na Gaba

A cikin ruƙuni na biye, za mu dubi abubuwan da muke nema domin inganta waɗanda sun haɗa da waɗannan kawunan magana:

1. Mu yi rayuwa ta zaman tare
2. Mu yi wa Kristi sujada a Iklisiya a wurin da muke da kuma a ɗan ƙaramin gungu.
3. Mu miƙa kai ga juna da ban girma saboda Kristi.

Haddacewa

Afisawa 2:10

Aikin Yi A Gida

1. Ka ɗauki lokaci kamar minti 10 sannan ka jera abubuwan da ka ke gani za su sa ka zama mai kula da kyau da kayan da Allah ya ba ka domin ka kula da su. Yi tunani game da kuɗinka da abubuwan da ka ke da su. Ku rubuta a cikin ɗan littafinka na hanyoyin da suka fi dacewa da za a yi amfani da su kuma da kyau a Iklisiya.
2. Ka ɗauki lokaci kamar minti 10 ka binciki rayuwarka dangane da wadar-zuci. Ina ka nuna wadar-zuci da ina ne ka nuna zari ko ƙishi? Ka roƙi Allah ya taimake ka a inda ka ke bukatar ka zama da wadar-zuci game da abubuwan da ka ke da su ko a dangantaka ka kuma rubuta su a cikin ɗan littafinka.
3. Ka ɗauki lokaci kamar minti 10 ka dubi yadda ka ke kashe lokacinka. Ka roƙi Allah ya taimake ka ka rage abubuwa domin ka zama a koyaushe a shirye domin Ruhu Mai Tsarki ya yi maka bishewa. Ka rubuta wannan ma a cikin ɗan littafinka.
4. Yi magana da wani mai bi da ya kwan biyu cikin tafarki game da darussan da aka koya game da amfani da kuɗi, da zari, da ɗauka- da-faɗi, da yin rayuwa mai sauƙi.

Darasi na 6

Ginuwar Da Muke Nema

Gina Juna a Cikin Jikin Kristi

> Kada kuma ku bugu da ruwan inabi, hanyar *masha'a** ke nan. Sai dai ku cika da Ruhu, kuna zance da junanku da kalmomin *zabura, da waƙoƙin yabo**, da waƙoƙi na ruhaniya. Ku raira waƙoƙi da zabura ga Ubangiji da yabo a zukantanku. Kullum ku riƙa gode wa Allah Uba da sunan Ubangijinmu Yesu Almasihu a kan ko mene ne. Ku bi juna saboda ganin girman Almasihu.
>
> ~ Bulus zuwa Afisawa 5:18-21

Manufa

Ya zama a ƙarshen wannan sashe ka rungumi *Ginuwar da Muke Nema* ta wurin gaskatawa da cewa:

- Rayuwar Krista an shirya ta domin yin zaman tare, da girma tare a matsayin iyalin Allah, jikin Kristi, da kuma haikalin Ruhu Mai Tsarki.
- Muna koyon abubuwan da suka shafi mulkin Allah, muna yi masa sujada, muna girma a matsayin almajiran Kristi a lokacin da muke dangantaka da wasu masu bi a cikin majami'a da ƙananan ƙungiyoyi.
- A lokacin da muke bin Kristi a matsayin Ubangiji, muna ginuwa a cikin bangaskiya a lokacin da muke koyon yadda za mu miƙa kawunanmu ga juna a cikin ban girma saboda Kristi.

Addu'ar Buɗewa Domin Hikima

Allah Uba wanda ke cikin sama, Ka faɗa a cikin Maganarka cewa kai ne tushen dukan sani da hikima. Na yarda da wannan gaskiyar, ya Uba, kuma ina roƙo ka cika ni da hikima ta musamman, domin in iya dangana ga Maganarka, in kuma iya rarrabe Maganarka ta gaskiya (2 Timoti 2:15). Idan ka yarda ka gargaɗe ni, ka koya mani hanyar da zan bi (Zabura 32:8). Ka kuma bi da sawayena. Ka sa kunnuwana su saurari muryarka, ka yi mani gyara yanzu a kan yadda nake yin tunani da magana, ka maida ni kan hanya inda na kauce.

---

* **masha'a:** Masha'a shi ne sa kai cikin annashuwa domin jin daɗin duniya. Ba ana nufin kada mu yi abinda zai sa mu ji daɗi ba amma mu yi hankali da abinda zai sa mu yi rashin hankalin da zai ba sunan Ubangiji kunya. Allah ya bamu dukan abubuwa domin jin daɗinmu, amma duka suna da iyaka. Misali idan ruwan kogi na gudu amma bai wuce gaci ba, ƙarfin ruwan ya zama mai kyau ke nan. Amma idan ya ɓalle har ya yi ambaliya, ya ci gidaje, ya sami ƙarfin yin ɓarna ke nan. Haka masha'a, ita ce yin amfani da abubuwan jin daɗin da Allah ya bamu ta hanyar da bai kamata ba ne. Idan aka wuce gona da iri takan hallakar da mutum har ma da na kusa da shi.

* **zabura da waƙoki:** Zabura waƙoki ne na cikin Littafi Mai Tsarki da ake yi cikin jama'a, mai nuna sujada ga Allah. Waƙokin yabo da na ruhaniya suna nuna ƙauna da sujada, su ma daga cikin Littafi Mai Tsarki suke, amma akwai waɗanda wasu Krista ne suka rubuta su tun shekaru aru-aru.

Uba, ka bani baiwar ganewa tare da hikima, ka sa a lokacin da na ke binciken maganarka in iya ganin bambanci tsakanin koyarwar ƙarya da ta gaskiya, ruhun gaskiya da baye-baye. Ruhunka Mai Tsarki ya nuna mani nufinka, da ganewa ta yadda zan aikata nufinka da dukan zuciyata.

Ya Ubangiji, in Ka yarda Ka taimake ni in zama mai hanzarin ji da sauraro, amma in zama ba mai saurin magana ba, ba mai saurin fushi ba (Yakubu 1:19). Bari kalmomin bakina da abubuwan da ke zuciyata su zama abin karɓa a gareka. Ka bar ni in faɗi gaskiyarka tare da hikima domin dukan wanda na yi magana da shi ya gane ya kuma ƙaru ta wurin gaskiyarka.

Ka koya mani a cikin binciken nan a lokacin da na karɓi Maganarka da umurninka. Na roƙi waɗannan a cikin sunan nan mai iko na Yesu, Ubangiji da Mai Cetona, Amin.

Gamuwa

1. **" Saboda abinda ya taɓa faruwa da ni da, ni dai ba zan iya zuwa Iklisiya ba".** Kash, mutane da yawa da suka shiga Iklisiya ba su sami abin da sauƙi ba. Ko ma mene ne matsalar – rashin gafartawa, da gunaguni, da kishi, da rashin ganewa da laifin da aka yi ma mutum – ya sa suka koma wata ƙungiya ta zumunta, domin su soma zumunci a sabon yanayi. Bisa ga abinda ka sani shi ne daidai yanzu, wace irin shawara za ka ba mai bi game da yadda zai, ko za ta, riƙa zuwa majami'a domin girma cikin Kristi, musamman idan ka san cewa sun taɓa samun kansu cikin matsala a wata Iklisiya?

2. **Na kasa yarda cewa Littafi Mai Tsarki labari ɗaya ne da ya ci gaba game da ceton da Allah ya riƙa yi na halitta da ɗan mutum! Lallai, wane irin Allah mai ƙauna muke bauta wa!** Ka san cewa an raba Littafi Mai Tarki kashi biyu (Attaura na Yahudawa, litattafai 39, daga Farawa zuwa Malachi) da Sabon Alkawari na Krista (Matiyu zuwa Wahayin Yahaya, litattafai 27). Abinda wataƙila ba ka kula ba shi ne ko da yake Littafi Mai Tsarki ƙunshe yake da litattafai, ainihinsa guda ɗaya ne, mai ɗauke da labari, mai ɗauke da kwaikwayon da ke fitar da, ko nuna ƙaunar Allah da damuwar da Allah ya yi game da duniya domin ta tsira. Ta haka ne Kristanci ya bambanta da dukan wani addini. Haƙiƙa, addinai sun damu da ayyuka, da gaskatawa da wasu abubuwa ko koyarwa da ake so a yarda da ita ba dalili, da ake so mutane su bi domin a sami albarka, a sami canji, ko kariya. Kristanci kuma a ɗaya gefen, Allah ne yake ba da ceto ga ɗan adam. Ko da yake mutum bai cancanta ba, bai tambaya ba, kuma ba zai samu da ƙoƙarin kansa ba. A tunaninka me ya sa yake zama ma mutane da wahala su gane wannan saƙon wanda shi ne taƙaimaiman saƙon nassi? Mene ne ke hana mutane gane "alherin Allah", a ƙaunarsa da jinƙansa domin dukan mutane, ba tare da duban ko su wane ne ba, me suke yi, da kuma ina suke?

3. **"Yaya fastonmu zai iya shugabantar duk waɗannan mutane? Ba zan taɓa iya sanin shi ba!"** Ɗaya daga cikin abubuwan da Allah ya faɗa akai-akai a cikin Maganarsa shi ne muna girma a lokacin da mukè bin koyarwa da misali ko bin gurbin fastoci da shugabanni masu tsoron Allah da ya ba mu. A wasu Iklisiyu, duk da haka, za ka ga fasto yana shugabantar mutanen Allah masu yawa, kila ɗaruruwa ko dubbai. Ga yawan mutane ga faso na da ayyuka da yawa, da fama da matsaloli da yawa. Yakan zama mashi da wuya ko ma abinda ba zai yiwu ba, a ce kowane mai bi, da ma'aurata da iyali su san fasto ko su shaƙu da shi. "Idan sanin faston da kyau alama ce mai nuna makiyayi na kula da kai, to ke nan wataƙila ba zan taɓa samun fasto ba. Ba zan taɓa sanin shi ba!". Me za ka ce domin ka ƙarfafa wannan sabon tuba cikin ganewarsa ta abinda ake nufi da zama ƙarƙashin makiyayi – ta yaya za a iya yin wannan a Iklisiya yau?

Abinda Ke Ciki

A sashe na ƙarshe (***Hazaƙar Da Muke Nunawa***) ka koyi cewa mu yi zaman wakilan Kristi a matsayin ƙaunatattun yaransa, mu rayu a matsayin tsarkaka da kuma jakadu na Kristi ga faɗaɗɗiyar duniya. Yanzu za ka duba ka ga yadda Allah ya so mu yi girma cikin bangaskiya a cikin Iklisiyar da muke, ƙarƙashin shugabancin makiyayi, cikin miƙa kai ga juna cikin ƙauna don mu iya yin yaƙi mai kyau na bangaskiya.

Yesu yana son mutanensa su zama ɗaya su ba da kai ga juna domin zaman tare a wuri ɗaya. Muna taruwa a mako domin sujada, mukan taru domin binciken Littafi Mai Tsarki ko ƙananan ƙungiyoyi sukan haɗu domin gina juna. Dole mu san sauran masu bi, mu kuma sa su ma su san mu. Dole mu koyi marabtar juna a gidajenmu, mu shaƙata, muna wasa tare, mu yi duk abinda za mu iya yi domin mu ƙarfafa juna lokacin da muke bin Kristi. Mu a matsayin mu na masu ba da gaskiya an kiraye mu da mu yi rayuwa irin ta Krista, muna gina juna ta wurin ba da kyaututtuka, da nuna ƙauna, da abokantaka, da tafiyar da rayuwar da ta dace.

Bugu da ƙari, dole mu yi hankali da ƙalubalar da juna ke fuskanta cikin ƙauna da ayyuka masu kyau, da kuma yin watsi da miyagun abubuwan da muke ma'amala da su kafin mu zama mutanen Allah, ta wurin bangaskiya a cikin Kristi.

A lokacin da dukan mu a koyaushe muna fuskantar jarrabobi domin mu yi mugunta (zunubi) ba wani wuri a cikin rayuwa ta ruhaniya ko wurin zaman masu bi domin abubuwan da suke tattare da duniyantaka, abubuwan da manzanni suka ambata a cikin wasiƙunsu zuwa ga Krista – kamar su ayyukan lalata, da rashin tsarki, da sha'awace sha'awace, da son mugunta, da zari.

Gaskiya dole mu kauce ma waɗannan abubuwa da ba sa kawo ingantuwa (wato abubuwan da ba za su gina mu a cikin ruhaniya ba), kamar fushi, da mugun hali, da cin fuska, da ruɓaɓɓun zantuttuka. Kamar yadda muka koya a darasi na ƙarshe, da gaske ya zama dole mu zama ainihin tsarkaka na Allah, an kuma kira mu mu zama jakadun Kristi a duk inda muka je. Yanzu muna rayuwa domin gina juna, ba ta kada juna ba, ko mu kwashe hankalin yan'uwa, mu sa su rabu da ƙaunar da suke da ita domin Yesu ba.

Maimakon haka, an kira mu da mu gina juna lokacin da muke addu'a akan ƙalubala, da ƙarfafawa domin juna a cikin Iklisiya, muna bin shugabananmu na ruhaniya a yadda suke yi mana bishewa ta wurin koyaswar da suke yi mana da misali da suka zama mana. A matsayinmu na zaɓaɓɓun mutanen Allah muna ƙoƙari mu ƙaunaci juna, mu kuma nemi sabbin hanyoyin zama da tunani, da koyon yadda za mu yi rayuwa cike da tausayi, da kirki, da tawali'u, da kamewa, da haƙuri. Akan kowane abu, ƙaunar da muke da ita domin juna ta zama wadda a kullum a ke ganinta. Ta wurin yin haka za mu zama masu daɗaɗa wa Kristi a cikin dukan abu.

Ginuwar da Muke Nema
Binciken Littafi Mai Tsarki na Darasi na 6
Karanta Nassoshin nan na biye sannan ka amsa tambayoyin da suka biyo a taƙaice tare da koyarwar Littafi Mai Tsarki.

1. *Labarin Allah ya shafi aikin Allah Uba, da na* Ɗan da *na Ruhu Mai Tsarki, kamar yadda aka faɗi gaba ɗaya a cikin Littafi Mai Tsarki, wato Maganar Allah. A matsayinmu na masu ba da gaskiya cikin Kristi, mu mutane ne na wannan Labari – muna tunani akai a cikin "tauhidinmu", muna yin waƙarsa, muna wa'azinsa a cikin sujadarmu, yana mai da mu abinda muke zama ta wurin almajiranci, muna kuma gaya ma wasu Labarin cikin shaidar da muke yi.* Karanta nassoshin nan na biye, dubi shafuffukan da aka ƙara (wato Apendis lamba 5), "Labarin Allah: Tushenmu Mai Tsarki", sannan ka amsa tambayar da aka yi game da kowane nassi a ƙasa.

Manufar Harsashin Gininmu: Maɗaukakkiyar Ƙaunar Allah

a. Yahaya 3:15-18. Wane abu ne Uba ya yi a cikin Labarin ceton halitta da ƙwato ta?

b. 2 Korantiyawa 5:18-21. Mene ne Yesu ya yi a cikin Labarin cetonmu?

c. Afisawa 1:13-14. Wane abu ne Ruhu Mai Tsarki ya yi domin ya taimake mu aika Labarin Allah?

d. 2 Timoti 3:15 -17. Ta yaya suka taimake mu gane Labarin Allah?

Dangananniyar Amsa: Ceto ta wurin alheri cikin bangaskiya.

e. Romawa 10:9-10. Ta yaya mu a matsayin masu ba da gaskiya, da Iklisiya muka maida martani ga Labarin?

f. 1 Bitrus 2:8-9. Mene ne manufar sujadarmu – mene ne babbar manufarmu a cikin Kristi?

g. Kolosiyawa 2:6-10. Ta yaya Labarin ya sake mu – akan wa, ko me, muka ƙwallafa ranmu a kai?

h. Matiyu 28:18-20. Wane umarni ne Kristi ya ba Iklisiya a zamanta a cikin duniya?

2. *Samun cikakken tabbacin bangaskiya a cikin Ubangiji Yesu Kristi, da kuma bege na lallai na gafartawa a cikin Labarin Allah, wannan ya sa ya kamata mu nemi hanyoyi na zahiri na* ƙarfafawa da gina yan'uwa masu bi. Ka karanta Ibraniyawa 10:19-25. Ka rubuta amsa a kan layin da aka bari domin amsa.

   a. Mu zama da tunanin yadda za mu ɗaga juna ____________ (aya ta 24)

   b. Kada mu dena ____________________ kamar yadda wasu ya zama masu abinda suke yi a koyaushe.

   c. Mu zama ___________________________ musamman kuma kamar yadda muka ga kwanakin na ƙaratowa (aya ta 25).

3. *Samun ceto ta wurin alherin Kristi, muna cikin sabon Labari na samun sabon kamanni da kuma begen zuwa sabon wuri. Saboda haka, masu bi ba za mu bi irin rayuwar waɗanda ba su san Ubangiji ba, amma mu tafiyar da al'amuranmu kamar na waɗanda Kristi ya cece su.* Karanta 1 Bitrus 4:1-11, sannan ka rubuta gargaɗi huɗu da Bitrus ya ba masu bi da su yi a matsayinsu na zaɓaɓɓun mutanen Allah.

   a.

   b.

   c.

   d.

4. *Yadda muke dangantaka da sauran masu bi ya zama daidai da irin tawali'un da Kristi ya nuna domin sama mana ceto.* Karanta Filibiyawa 2:1 -11. Wane irin hali Bulus ya ce mu zama da shi?

5. *Sabuwar dokar da Kristi ya ba almajiransa ita ce mu ƙaunaci juna, muna sadakar da rayukanmu domin juna.* Karanta 1 Yahaya 3:11-18. Kwatanta maganar da gaskiyar da aka faɗa.

a. Wannan shi ne saƙon da muka ji	___ Mu ƙaunaci juna
b. Kada ku yi mamaki	___ Cewa Yesu ya ba da ransa dominmu
c. Mu sani cewa mun ratsa daga mutuwa zuwa rai	___ Amma a haƙiƙance da gaskiya kuma
d. Ta wannan muka sani mene ne ƙauna	___ Saboda mun ƙaunaci yan'uwanmu
e. Duk wanda ba ya kasance a cikin ƙauna ba	___ Cewa duniya ta ƙi ku
f. Kada mu yi ƙauna da baki kawai	___ Yana rayuwa ga mutuwa

6. *Yanzu da yake mu na Kristi ne kuma muna raye a cikin nashi Labarin, ya kamata mu yi tafiyar da ta cancanci ceton da ya ba mu, sanin cewa muna a haɗe a cikin jiki ɗaya kuma Ruhu ɗaya.* Karanta Afisawa 4:1-6. Lisafta halaye uku da ya kamata mu nuna ta yin rayuwa wadda ta cancanci kiran da aka yi mana.

a.

b.

c.

7. *A matsayin mu na mutanen Labarin Allah, masu ba da gaskiya, mu kula da yadda muke rayuwa, muna yin biyayya da Ruhu Mai Tsarki, muna kuma gina juna cikin sujada da yin godiya ga Allah ta wurin Kristi.* Karanta Afisawa 5:15-21 sannan ka kwatanta umarnin da kwatancin da aka yi.

a. Kula da kyau da yadda ka ke yin tafiya	___ Ga Ubangiji da zuciyarka
b. Gaisuwa ga juna	___ Ga Allah Uba a cikin sunan Kristi
c. Rairawa da yin amo	___ Ba kamar marasa hikima ba
d. Yin godiya a koyaushe	___ Cikin yabo da raira waƙoƙi na ruhaniya.
e. Kada a zama marasa wayo	___ Amma a gane menene nufin Allah

8. *Allah ya ba da shugabanni masu tsoronsa domin su zama makiyayan masu binsa a cikin Iklisiya. An zaɓi wasu domin su koya mana, wasu kuma domin su jagorance mu zuwa ga Labari mai cike da albarka, kuma a cikin zumunci da wasu masu bi.* Ka haɗa Nassoshin da ke biye da amsar da ke daidai.

a. Ibraniyawa 13:7	___ Yi ma shugabanni biyayya ka miƙa kai garesu cikin bangirma
b. Ibraniyawa 13:17	___ Dubi abinda ya biyo bayan rayuwar shugabanninka, ka kuma kwaikwaye su
c. 1 Tasalonikawa 5:12-13	___ Ka girmama shugabanninka, ka martaba waɗanda suke ciyar da kai da Maganar Allah

9. *Magabci yana so ya ƙaryata wadatar da muke da ita a cikin Kristi, yana cewa Allah yana hana mu wasu abubuwa. Amma Maganar Allah ta ƙara tabbatar mana cewa muna da duk abin da muke bukata domin rayuwa da bauta wa Allah.*

a. Karanta Farawa 3:1-7. Wace ƙarya maciji ya gaya ma Hauwa'u da ya sa ta yarda cewa Allah ya ɓoye mata wani abu?

b. Karanta 2 Bitrus 1:3. Ka cika wurin da aka bari domin amsa.

c. Ta wurin __________ da ya ba mu _____________________ muke bukata _____________________domin __________________

> Yana da muhimmanci sosai a garemu da mu haɗa kai da waɗanda suke tafiya daidai – ba da waɗanda muke tare da su kaɗai ba har da waɗanda sun yi gaba sosai a cikin tafiyar. Waɗanda suke kurkusa da Allah kuma suna iya jawo mu kusa da shi, wato sukan sa mu yi tafiya tare da su.
>
> ~ Teresa of Avila.
> Richard J. Foster and James Bryan Smith, Eds.
> *Devotional Classics: Revised Edition: Selected Readings for Individuals and Groups.*
> Renovare, Inc. (HarperCollins Publishers), New York. 1993, pp. 165.

A Taƙaice

Allah yana so kowane mai ba da gaskiya ga Kristi ya ginu, ya yi girma cikin Kristi, ya kuma san abinda ake nufi da gina wasu. Abinda Yesu ya ke so da mu shi ne mu yi girma a cikin bangaskiyarmu ta wurin sa hannu a cikin Iklisiyarmu, wato taron masu bi. An umurce mu da mu koyi abubuwa ƙarƙashin iyayenmu Fastoci, mu kuma zauna tare da sauran Krista cikin ƙauna da miƙa kai ga juna domin mu iya yin yaƙi mai kyau na bagaskiya.

Hanya guda ɗaya da Allah ya shirya domin irin wannan girma ita ce zaman tare cikin ƙauna irin ta Kristi – a Iklisiya. Yanzu ne za mu yi namu a cikin Labarin Allah! Kowannen mu an ba shi baiwa ta ruhaniya da za mu yi amfani da ita domin yi ma jiki aiki, da gina juna a lokacin da muka taru a kowane sati, a matsayin 'ya'yan Kristi masu sujada ta tattare, da kuma lokacin da muka taru domin binciken Littafi Mai Tsarki ko taron ƙungiyoyi. Shirin Allah shi ne na mu ƙaunaci juna kamar yadda Kristi ya ƙaunace mu. Wannan wani abu ne da za mu koya tare, bisa ga bishewar Ruhu Mai Tsarki da taimakon makiyayanmu (Fastoci) da Allah ya bayar domin su yi mana jagora su kuma ciyad da mu. Dole mu yi ƙoƙari mu yi abokantaka da sauran masu bi, mu marabce su cikin rayuwarmu da gidajenmu, mu riƙa zama tare. Mu iyali ɗaya ne, kuma dole mu koyi yin dangantaka da dangi gaba ɗaya.

Bugu da ƙari, an kiraye mu da mu ƙalubalanci juna, mu nuna ƙauna, da yin ayyuka masu kyau, da ƙin yin miyagun abubuwa da aka san mu da su kafin mu zama ɗaya daga cikin mutanen Allah ta wurin bangaskiya a cikin Kristi. Za mu iya yin yaƙi mai kyau, idan muka yi shi tare da wasu sojojin Kristi, a cikin lafiyayyun wurin zamanmu na Krista, ƙarƙashin jagorancin shugabannai masu tsoron Allah masu gargaɗanmu suna ƙarfafa mu ta wurin gurbi mai kyau da suka ba mu da kuma Maganar Allah.

Apendis

Ƙarin da aka yi domin ka yi bincike da binbini akai da suka shafi wannan darasi su ne:

Bayyanawarmu Na Dogaro: 'Yanci A Cikin Kristi (Ap. na 9)
Dacewa Domin Wakilci: Yaɗuwar Almajiran Mulkin Allah (Ap. na 20).
Al'amarin Cikin Gida (Ap. na 10)

Ka'idar

Umurnina ke nan: Ku ƙaunaci juna kamar yadda na ƙaunace ku (Yahaya 13:34)

Abinda Za a Bincika

Ka karanta kuma ka yi tunani akan maganganu da ra'ayoyin da aka rubuta a ƙasa, ka ba da haske da amsoshi akan matakan da za a bi domin warware su, bisa ga nassin da ka bincika a sama.

1. **"Waɗanne baye-baye na ruhaniya nake da su, kuma ta yaya zan yi amfani da su?** Littafi Mai Tsarki ya ce kowane Krista an ba shi baiwa ta ruhaniya wadda za ta sa shi ko ita ta gina wasu a cikin al'ummar Krista (Rom. 12:3-8; 1 Kor. 12:4- 11; Afis. 4:9-15; 1 Bitr. 4:10 -11). Waɗannan baye-baye za a yi amfani da su ne a cikin masu bi, a yayin da suke cuɗanya da juna, suke zama tare ƙarƙashin shugabancin fasto. Me ya sa ya fi muhimmanci mu yi ma juna hidima da kulawa da wasu maimakon gardama da ƙananan maganganu game da wacce irin baiwa ce muke da ita?

2. **"Mene ne dalilin da zai sa in haɗa kai da Iklisiya a matsayin memba tun da ina ji kamar zuwa sujada kowane mako ya isa?"** A cikin tattaunawarmu game da aikin Iklisiya ta wurin almajiranci da gina sauran Krista, sai wata sabuwar tuba ta fara magana akan abinda ta gani a Iklisiyar da ta haɗa kai da ita. "Ina jin daɗin zuwa Iklisiyar da nake zuwa yanzu. Ina son yadda ake sujada da wa'azin Faston, kuma sujadar ba ta ɗaukar lokaci, kuma da daɗi. A gaskiya, ban yi tunanin ba da kai na zama memba ba. Na san wasu waɗanda suke zuwa ranar lahadi kawai domin sujada ba sa zuwa su haɗa kai da ƙananan ƙungiyoyi, ko wasu hidimomi na musamman. Ina son haka. Me zai sa in haɗa kai da Iklisiya tun da ina jin daɗin zuwa sujadar kowane mako?" Bisa ga abinda ka koya a cikin wannan binciken, me za ka ce ma ita wannan 'yar uwa a cikin Ubangiji game da yadda ya zama dole mutum ya sa kai sosai a cikin Iklisiya maimakon zama mai zuwa sujadar safe ta kowace lahadi kawai?

3. **"Yin abokantaka da Krista ba shi da sauƙi".** Wani abu mai wuya da mutane da yawa suka fuskanta dangane da zuwa Iklisiya shi ne rashin abokantaka na kurkusa. Abin mamaki shi ne sai ka sami mutane da yawa da suna aiki a cikin Iklisiya sosai amma ba su da wani aboki na kurkusa daga cikin membobin Iklisiyar. Da farko, abokantaka na da

muhimmanci amma kuma da tsada. Idan kana so ka sami abokai dole ka zama da zuciya a buɗe domin yin dangantaka da mutane cikin ƙauna (Karin Magana 17:17), ka zama a shirye domin a sanka a kuma gane da kai (Yah. 15:13-14), ka kuma zama da shirin karɓar shawara, har ma da suka, akan abubuwan da za ka bukaci ka yi gyara akai (Karin Magana 27:6). Abokai sukan ba da shawara mai kyau da muke bukata domin mu yi girma a cikin Kristi (Karin Magana 27:9). Amfani da baye-baye na ruhaniya a cikin cuɗanya da juna yakan zama kamar mawashi ne akan wuƙa. "Ƙarfe na wasa ƙarfe, wannan na wasa wannan". Karin Magaana 27:17. Ganin wannan gaskiyar, mene ne ya fi maka muhimmanci a yanzu domin ka yi idan kana so ka sami dangantaka mai ƙarfi mai ma'ana da wasu daga cikin 'yan Iklisiya ta inda kake?

Haɗin

Yesu yana so mu yi girma kamar almajirai mu kuma yi yaƙi mai kyau na bangaskiya na ruhaniya, ba kai kaɗai ba amma tare da sauran masu ba da gaskiya a wurin da ka ke zama. Idan ba ka zuwa masujada akai akai, ka miƙa kai yanzu ka zama memba. Ka tambayi masu bi da suka daɗe inda suke taruwa kowane mako domin sujada, ka ƙudiri niyar zuwa. Ka tambayi ajin sabbin zuwa, ka fara shiga, ka fara zuwa kilas na sandi sukul ko wata ƙungiya. Kada ka karaya, ka ƙudura cewa za ka bi a hankali tare da haƙuri har ka san wasu sauran masu bi, ka yi amfani da baiwarka ka gina wasu, ka kuma koyi wasu abubuwa daga gare su.

Haka ma, ka yi ƙoƙari ka san fastonka (ko shugabanni, ko dattijai, ko da yaya ake ce da su a cikin Iklisiyar). Bari su sani cewa kana zuwa Iklisiyar, kuma za ka riƙa yi masu addu'a. Ka roƙe su su ziyarce ka, ka faɗa masu ko kai wane ne. Ka taimaki shugabanninka yadda za su shugabance ka da kyau: " Yi biyayya da shugabanci, ka miƙa kai gare su, gama suna kula da kai, domin za su ba da lissafi. Bari su yi haka cikin murna da farin ciki banda guna-guni, domin haka zai zama maka da taimako sosai" (Ibr.13:17) Ka yanke shawara ta zama mai bi mai tsayawa da ƙarfi a cikin jama'ar da kake. Allah zai taimake ka da alherinsa a lokacin da ka ke kutsawa domin yin rayuwa mai ƙarfi ta Krista.

Tabbaci

Saboda Yesu ya umurci alamajiransa da su ƙaunaci juna, ina miƙa kaina domin in rayu a cikin 'yan Iklisiya, ina gafartawa ina kuma mai miƙa kai ga juna.

Kristanci wanda yake bisa ga Littafi Mai Tsarki ta wurin shirin Allah ya zama yadda yake a ko'ina a duniya; ko da ya ke yakan ɗauki kamannin al'ada wani lokaci. Mun ga dayantuwa ta bishara a littafin Ayyukan Manzanni. Ga ranar pentikos, lokacin da aka yi wa'azin bishara a cikin yarurrukan duniya, nuni ne ga cewa bisharar Kristi ba a kulle ta ke a wata al'ada ko yare ba. Mun ga yadda take domin duniya duka ta yadda aka shigar aka karɓa a al'adar Yahudawa da Helenanci a cikin ƙarni na fari. Kiran da ake ma Iklisiya shi ne na su shiga kowace ƙasa da kowace al'ada da saƙon ceto, domin dukan mutane su miƙa kai ga Allah a inda suke. Saboda haka, a cikin Kristanci, idan ban yi ma Allah sujada a cikin irin tawa al'adar ba, bana tafiya kai tsaye cikin bangaskiyata ke nan.

~ Carl F. Ellis, Jr.
Beyond Liberation: The Gospel in the Black American Experience.
Downers Grove, IL: Inter Varsity Press, 1983, p. 137.

Addu'a

Francis na Assisi(1181-1226), wani shugaba ne a da na Iklisiyar Italia kuma mai wa'azi ne. Ya shirya wata ƙaramar ƙungiya ta mutanen da suka miƙa kai domin wa'azi, suna rayuwa cikin talauci saboda Kristi da kuma don yi ma wasu hidima, da ake kiransu "Franciscan Order". Ya taimaka wajen shirya wasu ƙungiyoyi a cikin rayuwarsa. Yana ɗaya daga cikin Kristocin da aka girmama a cikin tarihi.

Addu'ar Miƙa Kai, Francis na Assisi

Ubangiji, ka sa in zama kayan aikinka na salama.
Inda akwai rashin ƙauna, bari in nuna ƙauna,
Inda akwai rauni, in sa yafewa
Inda akwai shakka, in sa bangaskiya,
Inda akwai karayar zuciya, in kawo bege
Inda akwai duhu, in nuna haske
Inda akwai baƙin ciki, in kawo murna

Ya Ubangiji Allah,
Ka sa in zama ba mai neman sauƙi kawai ba amma in zama mai sauƙaƙa wa mutane, ba mai son a gane da ni ba amma in zama mai ganewa, ba mai son a koyaushe a ƙaunace ni ba amma in zama mai ƙauna; gama ta wurin bayaswa muke karɓa, ta wurin yafewa ake yafe mana, ta wurin mutuwa muke tashi zuwa rai na har abada.

~ Don L. Davis. *A Sojourners Quest*.
Wichita, KS: The Urban Ministry Institute, 2010, p 95.

Kuka Daga Zuciya Zuwa Ga Ubangiji

Allah wanda ke cikin sama, Allah da Uban Mai Cetona Ubangiji Yesu Kristi, na gode maka domin yadda ka sa ni a cikin Kristi. Na gode domin ba sai na yi rayuwa ta Kristi ni kaɗai ba, sai dai tare da goyon bayan wasu waɗanda su ma suke ƙaunarka, kuma masu son daɗaɗa maka rai. Na gode yadda ka gina mutane a cikin Iklisiya, da kuma shugabannai da ka ba mu, da fastoci waɗanda koyarwarsu da misalan da suke ba mu ke taimakonmu mu san nufinka, mu aikata nufinka kuma. Ina roƙonka ka ba ni alherin da zai sa in zama mai haƙuri da wasu, in iya koyo daga wurinsu, in iya sauraron suka da shawarar da za su ba ni. Ka taimakeni in iya shawo kan duk wata alama ko wani abu da ke so ya raba ni da su, ko ya ɓoye ni ko in zama wani ɗaya daga cikin su. Ina bukatarsu idan za su sa in zama abinda ka ke so in zama, saboda haka ka ba ni ƙarfin hali domin in iya daurewa da wasu, in kuma zama ko yaushe ina tare da su, kada in guje su ko in ƙyale su. Ka koya mani ta wurin shugabannina, ka ƙarfafa ni, ka ƙalubalance ni ta wurin yan'uwa masu bi. Ta haka na sani zan yi girma a cikin Ɗanka. Na gode, ya Uba domin kyautar da ka ba ni ta mutanenka. A cikin sunan Yesu na yi addu'a, amin.

Domin Karin Bincike

A www.tumi.org/sacredroots, *muna da sashe na musamman domin ƙarin kayan aiki a rubuce da na bidiyo da za a iya samu.*

Don L. Davis. Sacred Roots: *A Primer on Retrieving the Great Tradition* Wichita, KS: The Urban Ministry Institute, 2010

Domin Shiri Na Gaba

A cikin shiri na gaba, za mu dubi **Magabci da Muke Yaƙi da Shi** tare da waɗansu kawunan magana da suka hada da:

1. Ba muna kokowa da nama da jini ba ne.
2. Mai gaba da mu, wato Shaiɗan, yana aiki ta wurin faɗaɗɗiyar duniyan nan da kuma ta wurin kwaɗayin jiki.
3. Magabcinmu yana jagorantar makarrubansa suna yin amfani da ƙananan dabaru domin su sa mu karaya su kuma kwashe hankalinmu.

Haddacewa

Yahaya 13: 35

Aikin Da Za a Yi A Gida

1. Ka nemi Krista guda biyu waɗanda sun girma sosai a cikin bi ka ce su gaya maka yadda suka yi rayuwa da yadda suka ji ƙarƙashin bishewar Allah ta wurin shawara daga Iklisiya da wasu masu bi. Ka tambaya waɗanne kuskure suka yi ta wurin rashin neman shawara daga wasu masu bi.

2. Idan ba ka riga ka yi haka ba, ka ƙudura cewa cikin wata mai zuwa za ka fara zuwa sujada a wata Iklisiya kullum, inda za ka fara zumunci, ka kuma yanke shawara idan Allah yana so ka zama memba ne. Ka tuna cewa ba za ka ginu ba ko ka gina wasu idan ba a cikin Iklisiya ba, ƙarƙashin shugabancin fasto mai tsoron Allah.
3. Ka sa a rubuce wuraren da ka ke bukatar bishewa. Ka yi addu'a tsawon mako guda domin Allah ya bishe ka a waɗannan wuraren, ta wurin Maganarsa da kuma ta wurin wasu masu bi.
4. Ka nemi mutum biyu masu bi ka nuna masu abubuwan da ka rubuta sannan ka nemi shawararsu.

Darasi na 7

Magabcin Da Muke Yaƙi Da Shi

Tafiya Cikin Nasara Akan Magabcin Allah

> Ai famarmu ba da 'yan adam muke yi ba, amma da mugayen ruhohi ne na sararin sama- masarauta, masu iko, da waɗanda ragamar mulkin zamanin nan mai duhu ta ke hannunsu.
>
> ~ Bulus zuwa Afisawa 6:12

Manufa

A ƙarshen wannan darasi, za ka rungumi gaskiyar da ke akwai game da *Magabcin da Muke Yaƙi da Shi* ta wurin yarda da cewa:

- Duniya tana cikin yaƙi na ruhaniya tsakanin Shaiɗan da mulkin duhu da Ubangiji Yesu Kristi da mulkin haske: "ba muna yaƙi da nama da jini ba ne."
- Kristi ya ci nasara akan magabcinmu, Shaiɗan, wanda har yanzu ya ci gaba da aiki ta wurin ruɗi a cikin faɗaɗɗiyar duniya da kuma tsohuwar halitta mai zunubi, wato "ƙwaɗayin jiki".
- Za mu shawo kan magabcinmu idan muka yarda da nasarar da Yesu ya yi a kan zunubi akan Giciye, mu kuma zama a faɗake akan yinƙurin da Shaiɗan ya ke yi domin ya ruɗe mu, sannan mu manne ma alkawarin Allah domin mu iya tsayawa da ƙarfi gaba da magabcinmu.

Addu'a Domin Hikima

Allah, Uba Madawwami, wanda ke cikin sama, ka faɗa mana a cikin Maganarka cewa kai ne tushen duk wani sani da hikima. Na yarda da wannan gaskiyar, ya Ubangiji, kuma ina roƙonka ka ba ni wannan hikima wadda ta ke daga gareka domin in iya rarrabe kalmar gaskiya (2 Timoti 2:15). Idan ka yarda ka umurce ni ka koya mani hanyar da zan bi (Zab. 32:8), ka bi da ƙafafuna. Ka sa kunnuwana su zama masu sauraronka, ka yi mani gyara yanzu ta yadda nake tunani da magana, ka maida ni kan hanya a duk inda na kauce.

Uba, ka ba ni baiwar rarrabewa, ka sa in iya yin bincike domin in iya ganewa tsakanin koyarwar ƙarya da ta gaskiya kan ruhohi da baye-baye. Ka nuna mani nufinka ta wurin Ruhu Mai Tsarki, ka ba ni ganewa a kan yadda zan aikata nufinka da zuciya ɗaya.

Ya Ubangiji, in ka yarda ka taimake ni in zama mai hanzarin saurarawa, amma kuma ba mai saurin yin magana ba, kuma in zama ba mai saurin fushi ba (Yakubu 1:19). Bari kalmomin da za su fito daga bakina da tunanin zuciyata su zama abin karɓa a gabanka. Bari in riƙa faɗar gaskiya cikin hikima domin wanda nake yin magana da shi ya gane ya kuma ƙaru da gaskiyarka.

Ka koya mani yanzu a cikin binciken nan a lokacin da nake karɓar Kalmarka da umurninka. Na roƙi waɗannan a cikin sunan nan mai ƙarfi na Yesu, Ubangiji da Mai Cetona, Amin.

Gamuwa

1. **"Waɗancan mutane ba na Allah ba ne - ko su ba magabtan Ubangiji ba ne?"** A cikin duniyar da akwai yaƙe yaƙen addini kuma ga faɗace-faɗace ko'ina, ya kan zama da sauƙi mutum ya yi tunani, da farko-farko, cewa yaƙinmu gaba da mutum ne. A cikin dukan duniya, mutanen da suke ganin sun san Allah suna kashe waɗanda suke gani su kamar 'yan ta'adda ne, ko miyagu ne. Tabbas, mutane a duniya suna aikata mugayen ayyuka ga juna, daga faɗace faɗace na zubar da jini zuwa nuna mugun bambanci. Amma bisa ga koyarwar Littafi Mai Tsarki, yaƙinmu ba da nama da jini muke yi ba amma da ruhohin da suke aiki ta wurin mutane domin aikata mugayen abubuwa a cikin halittar Allah. Me ya sa sanin wannan gaskiyar ta ke da muhimmanci ga sabon Krista, ko Kristan da ya ke kan girma domin ya gane ya kuma yi amfani da ita?

2. **"Makamin Shaiɗan da sananne ne amma na asirce."** Littafi Mai Tsarki ya fitar mana a fili yadda kayan yaƙin Shaiɗan suke ba kamar yadda 'yan "Holywood" suke yawan nunawa ba a cikin wasannin kwaikwayonsu (film/majigi), masu ban tsoro – sai ka ga abubuwan ban tsoro suna bin mutum cikin duhu wanda bai san komi ba, da nuni a cikin wasu gidajen da ake ganin kamar akwai aljanu a ciki. A cikin makaman Shaiɗan masu ƙarfi da yake ɗauke da su, ginshiƙi shi ne ƙarairayi: sai a gyara magana ta zama kamar gaskiya marar lahani, abar yarda, kai ma abar dogara. Waɗannan ƙarairayi suna cewa ba Allah, wai an ƙirƙiro zancen ruhaniya ne, cewa suke ilimin kimiya ne kawai zai ceci mutum daga yanayin da ya ke ciki. Ya zama cewa makamin magabcinmu ba a ɓoye suke ba, ko kaɗan. A fili yake cewa Shaiɗan maƙaryaci ne, uban maƙaryata. A tunaninka me ya sa Shaiɗan ya zaɓi ƙarya da ruɗi a matsayin babban makami a cikin jama'a da suke ba da ƙarfi ga ilimin kimiya da fasaha?

3. **"Ko da yake kana da nasara, kana bukatar ka yi yaƙi dominta"** Daya daga cikin abubuwan da manzanni suka nanata a cikin koyarwarsu ita ce bukatar da muke da ita ta mu taka rawarmu cikin Labarin Allah. A sauƙaƙe, ko da yake Allah yana cin nasara a kan magabcinmu, Shaiɗan, dole mu ƙi shi domin za a ja da shi. Ko da yake Yesu ya riga ya ci nasara dominmu a kan giciye, nasarar ba tana nan take ba. Ko da yake Allah ya yantad da mu ta wurin jinin da Yesu Kristi ya zubar, yanzu muna bukata mu yi amfani da nasara ta wurin tabbatar da gaskiya da kuma ƙin duk abinda yake ƙarya. Ta yin haka, za mu canza, a kuma juya yadda muke

gudanar da abubuwa, da dangantaka da halayenmu. Wannan nasara tamu ce, amma dole ka yi yaƙi domin ta, ka kare ta, ka kuma riƙa yin amfani da ita kowane lokaci da kowace rana. Allah ya umurci masu bi da su miƙa kai gare shi, mu ƙi Shaiɗan, ta haka ne kawai Shaiɗan zai rabu da mu. A tunaninka, me ya sa Ubangiji ya ke so nasararmu ta samu kawai bayan mun yi karo da magabci, kuma mun yi watsi da niyyar da ya yi ta ya ji mana, ya ruɗe mu, kuma ya ci nasara a kanmu?

Abinda Ke Ciki

A cikin sashe na baya(***Ginuwar da Muke Nema***) ka koyi cewa mu ƙaunaci juna mu miƙa kai ga juna a Iklisiyar da mu ke. Yanzu za ka kara sani game da magabcin da muke fuskanta cikin yaƙi mai kyau na bangaskiya.

Saboda Shaiɗan ne duniya ta ke cikin yaƙi, mu kuma muka zama mayaƙa a cikin yaƙin. Ba zai yiwu a zama tsaka-tsaka ba. Magabcinmu, Shaiɗan, yana jagorantar rundunar rahwanai waɗanda suna da wayo kuma cike da mugunta. Suna amfani da faɗuwar da duniya ta yi da kwaɗayin jikunanmu domin mu yi jayayya da aikin Allah. Saboda haka, dole mu yi tsaro gaba da dabarun Shaiɗan. Dole mu gane cewa ba wani mutum ba ne abokin gabanmu. Ko da yake ta kowane gefe muna fuskantar hatsari na ruhaniya, Allah na tare da mu kuma zai taimake mu mu yi yaƙi mai kyau na bangaskiya, duk da ƙoƙarin da magabci ya ke yi.

Ko da yake Yesu ya ci nasara akan Shaiɗan domin dukan Krista, dole mu ɗauki mataki na yin yaƙi da magabci, mu zama da kamun kai da zama a faɗake. Dole mu zama da lura da kula, domin magabcinmu (Shaiɗan) a koyaushe yana neman zarafi domin ya kai mana hari, ya ji mana ya kuma lalata mu. Ta wurin karairayi da suka ya ke nema ya cukwikuye, ya raunana ya kuma yayyaga masu bi, ya gama da mu ta fuskar ruhaniya a yayin da muke bin Kristi.

Saboda haka ya zama dole mu yi koyi yadda za mu ƙi Shaiɗan yadda ya kamata, mu iya tsayayya da shi. Dole mu kare kanmu daga hare-harenshi, muna gaya ma kanmu gaskiya, muna tabbatar da cewa muna dogara gaba ɗaya akan Kristi. Dole mu yi tafiya cikin ikon Ruhu Mai Tsarki, mu kuma tsaya da ƙarfi cikin gaskiyar bangaskiyarmu. Muna kuma tunawa da cewa ba mu kaɗai ba ne a cikin wannan yaƙin; wasu Krista warwatse a ko'ina cikin duniya su ma suna fama da nasu yaƙin.

Za mu iya zama da tabbacin cewa ko da yake yaƙin na da zafi, a koyaushe yake, kuma a kullum, a ƙarshe, alherin Allah zai ba mu nasara. Wahalarmu ta ɗan lokaci ne, amma ɗaukakar da za mu samu a cikin Kristi madauwamiya ce. Allah da kanshi zai maida mu yadda muke a da, ya sa mu yi ƙarfi, ya taimakemu mu tsaya daram, mu ci gaba ba tare da faɗuwa ba, har zuwa ƙarshen yaƙin!

Ko da yake ni da kai mun fito daga mulkin duhu zuwa mulkin ƙaunataccen Ɗan Allah, har yanzu a kewaye muke da gargajiyar da magabcin Allah,wato Shaiɗan, ne ke iko da ita. Dole mu zama a cikinta tun daga lokacin da muka karɓi Kristi a matsayin Mai Cetonmu har zuwa ranar shari'a. Mu ma za mu yi karo da wanda da shi ne sarkinmu amma yanzu shi ne magabcinmu. Yakan zama wauta ce ga Krista ya ce zai yi karo da yaƙi na ruhaniya a cikin yankin magabci.

~ Francis Schaeffer.
The Complete Works of Francis Schaeffer
Volume 2: Joshua and the Flow of Biblical History
Westchester, IL: Crossway Books, 1975, p 210

Magabcin Da Muke Yaƙi da Shi
Binciken Littafi Mai Tsarki na Darasi na 7

Karanta waɗannan Nassoshi da ke biye sannan ka amsa a taƙaice tambayoyin da ke game da kowace koyarwar Littafi Mai Tsarki.

1. *Tun da fari Shaiɗan ya yi jayayya da nufin Allah da mulkinsa, kuma Allah ya ƙudura cewa wannan jayayya za a murƙushe ta wurin Mai Ceto da zai zo.* Ka haɗa waɗannan nassoshi da sharhin da ya yi daidai.

a. Farawa 3:1 -15 ___ Duniya gaba ɗaya ta zama ƙarƙashin Shaiɗan.

b. Ishaya 14:12-17 ___ An halicci Shaiɗan ba aibi, amma ya yi ma Allah tawaye.

c. Ezek. 28:12-17 ___ Shaiɗan ya ƙudura ya maida kanshi kamar Ubangiji.

d. 1 Yah. 3:8-10 ___ Yesu ya zo duniya domin ya wofintar da ayyukan Shaiɗan.

e. Wah. Yah. ___ An kira shi Shaiɗan, mai ruɗin dukan duniya.

f. 1 Yah.5:19 ___ Shaiɗan ya yi ma mutane biyu na fari ƙarya, ya sa suka faɗi.

g. 2 Kor. 2:11 ___ Shaiɗan yana amfani da dabarunsa na kullum saboda haka za mu iya kula da dabarun nasa.

2. *Yesu ya zo domin ya kaɓas, ya shawo kai, ya kuma lalatar da ayyukan Shai*ɗan – ya yantar da ɗan adam daga la'anar da ta faɗa masa ta wurin rashin biyayya da Allah. Karanta Luka 11:14-23 ka amsa tambayoyin da ke biye.

    a. Da Yesu ya fitar da aljannu, me mutane masu suka suka ce Yesu ya yi?

    b. Yaya Yesu ya ba su amsar sukar da suka yi masa da suka ce ya fitar da aljannu ta wurin ikon ɗan sarkin aljannu, Belzabul?

    c. Yesu ya ba da misali game da bukatar da ke akwai ta shawo kan mutum "mai ƙarfi" tukuna kafin a iya karɓar kayan da ke hannunsa. Yi bayani a kan abinda ake nufi da wannan magana.

3. *Shai*ɗan yakan yi amfani da ƙarairayi, da ruɗi a matsayin makamai domin jan hankula, yin illa da raunana masu ba *da gaskiya a yayinda suke wakiltar Kristi a cikin duniya.* Ka haɗa waɗannan nassoshi na biye da abinda ya yi bayani daidai a kansu.

a. Yah. 10:1-18	___	Yesu ne makiyayi mai kyau amma magabci ya zo ne domin ya yi sata, da kisa da lalatar da tumaki.
b. Yahaya 8:31-44	___	Shaiɗan maƙaryaci ne, uban maƙaryata kuma.
c. Wah. Yah. 12:9-10	___	Shaiɗan yana kai sukar Krista gaban kursiyin Allah.
d. Kol. 2:15	___	Yesu ya kada Shaiɗan a kan giciye, ya kuma fitar da ayyukansa a fili.

4. *Sai masu bi su zama da ƙasƙantar zuciya, suna lura, suna zama a faɗake, saboda ko da yake Shai*ɗan ya sha kaye, har yanzu yana neman waɗanda zai yi kaca-kaca da su. Karanta 1 Bitrus 5:8-11 sannan ka cika wurin da aka ja layi domin amsa.

    a. Mu zama da ______________ da __________ saboda ayyukan Shaiɗan (aya 8).

    b. Shaiɗan yana zagawa kamar _________ yana neman wanda _________ (aya 8).

    c. An yi kira a garemu da ___________ cikin bangaskiyarmu, sanin cewa irin wannan _________ ce yan'uwanmu suke fama da ita gaba ɗaya a cikin duniya (aya 9).

d. Idan muka daure a cikin faɗan, Allah da kanshi zai 1) ___________ 2) ________ 3) _____________, kuma 4) __________ mu cikin bangaskiyarmu (aya10).

5. *Dole mu ƙi ƙaunar duniya ko abubuwan da ke cikinta; domin ƙaunar duniya na nufin ƙin ƙaunar da Uba yake da ita domin mu ke nan.* Karanta 1 Yahaya 2:15 -17 sannan ka amsa tambayoyin da ke biye.

   a. Ka amsa da cewa 'Gaskiya' ko 'Karya.' Idan wani ya ƙaunaci duniya, ƙaunar Uba tana nan zaune a kan mutumen kuma tana mulkinsa.

   b. Waɗanne abubuwa uku ne suka zo daga duniya kuma ba daga wurin Uba ba ne?

      i. Kwaɗayin ________________

      ii. ________________ idanu

      iii. da______________

   c. Me Yahaya ya ce game da yadda duniya take? Me ya ce game da mutumin da ya ke bin nufin Allah?

6. *Ruhu Mai Tsarki da ke cikinmu zai ba mu iko da za mu iya yin rayuwa domin Allah, mu iya tsallake ramukan da tsohon hali ya gina da jarabobin duniya. Zai sa mu iya yin rayuwa mai nasara a cikin Kristi.* Karanta Romawa 8:1-17 sannan ka cika wurin da aka bari domin amsa.

   a. Gama ba sauran kariya ga wanɗanda suka __________________ (aya 1)

   b. Ku ba masu zaman _________________ amma a cikin ________ (aya 9)

   c. Amma mu masu binshi ne ba ga __________ jiki ba amma ga ________ (aya 12)

   d. Ba ku karɓi Ruhun ________ amma Ruhun zama _________ (aya15)

7. *Ba kowane abu da muka ji game da Yesu ko aikinsa gaskiya ne ba. Saboda haka ya zama dole mu gwada ruhohi, domin shi wanda ke zaune a cikinmu ya fi wanda yake duniya ƙarfi.* Karanta 1 Yahaya 4:1-6.

a. Ta yaya za ka gwada ruhohi, wato ta yaya za ka gane Ruhun Allah? (aya 1-3)

b. Ruhu Mai Tsarki (Wanda yake a cikinka) ya fi wanda yake a cikin ________ (aya 4).

8. *Kada mu yi mamaki ko mu bari abu ya fi ƙarfinmu idan ba a fahinmce mu ba, ko aka ƙi mu, koma wasu suka tsane mu saboda bangaskiyarmu. Mu bi sawun Yesu wanda shi ma ya gamu da waɗannan abubuwa duka.* Karanta nassoshin da ke biye sannan ka amsa tambayoyin.

   a. Karanta Yahaya 15:18-21. Me ya sa duniya ta ke ƙinmu?

   b. Karanta 1 Yahaya 3:11-15. Me ya sa ƙin da duniya ta ke yi mana ba ya ba mu mamaki?

   c. Karanta Yakubu 4:1-7. Wane abu ne ya zama dole mu yi da zai sa Shaiɗan ya yi nesa da mu (shi wanda ke mulkin duniya)?

A Taƙaice

Bisa ga Littafi Mai Tsarki, Shaiɗan da mutum biyun nan suka yi tawaye game da doka da gwamnatin Allah, kuma wannan tawayen ne ya jefa duniya gaba ɗaya cikin yaƙi. Tun daga faɗuwar mutum a cikin gonar Eden, Allah ya ƙudura kada Shaiɗan da duk 'yan tawaye a cikin halittarsa ta wurin aiko da Dansa cikin wannan halittar. Yesu ya shiga duniyarmu – domin ya kada Shaiɗan, ya biya bashin zunubanmu, ya kuma maida Mulkin Allah. Godiya ga Allah saboda aikin da Yesu Banazare ya yi a wannan duniya, Shaiɗan ya sha kaye kuma mulkin Allah ya zo, kuma ana ba kowane mai ba da gaskiya!

Yanzu da muka ba da gaskiya ga Kristi, an yantar da mu daga mulkin duhu an maida mu cikin Mulkin ƙaunataccen Ɗansa(Kol.1:13). Yanzu mun shiga yaƙin; mu mayaƙa ne a cikin wannan yaƙin. An kira mu ga zama wakilai, domin wakilcin Ubangijinmu Mai Nasara akan ikokin miyagu da suka ji ma halittar Allah. A cikin yaƙin nan ba wanda zai zama a tsaka-tsaka. Magabcinmu Shaiɗan ke jagorar ruhohin da suke nema su lalatar da rayukan mutane da wayo, da ruɗi da yake yi. Wannan faɗaɗɗiyar duniya tana aiki tare da son zuciyarmu domin kauda nufin Allah a cikin rayuwarmu. An kira mu da mu zama masu ƙasƙantar zuciya, muna kula da zama a faɗake game da shirin da Shaiɗan yake yi domin ya ji mana ya kuma yi gaba da abinda muke yi. Za mu iya ƙin shi ta wurin ikon Ruhu Mai Tsarki, idan muka manne ma gaskiyar Maganar Allah, muna ƙin ƙarairayinshi yayin da suka zo mana. Allah zai ƙarfafa mu a lokacin da muke yin yaƙi mai kyau na bangaskiya!

> Matsayin Kristi a dukan tarihi da kuma ma'ana ga kasancewar ɗan adam ke gaiyatarmu ga Yesu Kristi, wanda ta wurin shi muke karanta Littafi Mai Tsarki gaba ɗaya daga farko zuwa ƙarshe. A matsayin Pastoci masu koyar da Maganar Allah, akwai bukata sosai ta mu san Labarin murhuniyar Allah tare da cikakken sanin tsaka-tsakan aikin da Kristi a cikin Labarin nan mafi girma a tarihin bil adama – lamarin da Allah ya gabatar wanda a cikinsa ya zama ɗaya daga ciki domin ya ceto duniya. Wannan kan magana na cetowar da Allah ya yi mana duka – ba kan magana na izawa kaɗai ba ne, ko domin masu iya wa'azi su sa mu ji a rai kawai ba, ko domin yin jawabi mai kwantar da hankali ba – akwai bukatar a san ainihin saƙon Iklisiyar mu. Wannan ba shi kaɗai ba ne hanyar da manzanni suke karantawa da yin wa'azin nassi ba, ita ma dai hanya ce da iyayenmu na da, da yawancin wurare, da Iklisiyoyi suke yin sujada da - sujada ta gaba.
>
> ~ Robert E. Webber.
> *Ancient-Future Worship: Proclaiming and Enacting God's Narrative.*
> Grand Rapids, MI: Baker Books, 2008, p. 121

Apendis

Apendis da aka ƙara da za ka yi bincikensu ka yi bimbini akan abubuwan da suka shafi wannan darasi su ne waɗannan:

Tauhidin "Christus Victor" (Ap. na 11)
"Christus Victor" Hadadden Wahayi Domin Rayuwar Krista da Shaida (Ap. na 12)
Yesu Banazare: Kasancewar Nan Gaba (Ap. na 4)
Yesu Almasihu, Jigo Kuma Kan Magana na Littafi Mai Tsarki (Ap. na 22)
Bari Allah Ya Tashi! Abubuwa Bakwai Na Neman Ubangiji Da Tagomashinsa (Ap. na 23)

Kwayar Magana

Kada ku yi mamakin matsananciyar wahalar da ta same ku a kan gwaji,kamar wani baƙon abu ne yake faruwa a gare ku (1 Bitrus 4:12).

Abinda Za a Bincika

Karanta ka yi tunani akan waɗannan abubuwa da abinda suke nufi, sannan ka ba da amsoshi da haske akan shawarar da suka bayar, bisa ga nassoshin da ka bincika a sama.

1. **Ina ƙoƙarin gane abinda "tsayawa da ƙarfi a cikin bagaskiya" ke nufi, amma ba na samu, ban tabbatar na samu ba.** Bayan bincike mai zurfi na Littafi Mai Tsarki tare da abokai, wata matashiya Krista na bimbini akan ma'anar 1 Bitrus 5:8-9: " Ku natsu; ku zama a faɗake.

Magabci Shaiɗan yana yawo kamar zaki, yana neman wanda zai yanyana. *Ku yi tsayayya da shi kuna dagewa kan bangaskiyarku,* da yake kun san yan'uwanku a duniya duka an ɗora masu irin wannan shan wuya". Tana ƙoƙari ta gane da abinda ake nufi da dagewa ko tsayawa da ƙarfi kan bangaskiyarku. A cikin binciken sai ta ji shugaba ya ambaci kalma "tsayayya" a nan cikin wannan nassin an yi amfani da kalmar Girik "antistete", kalmar da aka yi amfani da ita a Afisawa 6:11-13 da Yakubu 4:7. Ana nufin ka riƙe bangaskiyarka, kana dogara da Maganar Allah ko da abubuwa suna tafiya akasin abinda ka ke tunani. A nan tana fama da tambaya mai ƙarfi. "Wannan na nufin ba zan iya yin shakka ko kuma bai kamata in yi shakkar komi ba? Idan na karaya fa? Idan na yi tuntuɓe na faɗi fa – zan iya tashi in ci gaba?" Ta yaya za ka shawarci matashiyar nan domin ta gane abinda ake nufi?

2. **Me ya sa Allah ya ke bari Shaiɗan yake yi mana barazana yana ji mana, bayan Ubangijinmu Yesu ya riga ya ci nasara dominmu?** Wani abu mai ɗan wahalar ganewa ga sabon tuba shi ne ina dalilin da ya sa ya zama mashi dole ya tsaya da ƙarfi a cikin bangaskiya domin yin tsayayya da ƙarairayin magabci, idan Yesu ya riga ya ci nasara. Lallai, Yesu ya ci nasara da Shaiɗan akan giciye (Kol. 2:15), kuma masu ba da gaskiya sun yi nasara da shi ta wurin jinin ɗan rago da kalmomin shaidarsu, ba tsoron mutuwa (Wahayin Yahaya 12:9-10). Idan haka ne, to me ya sa har yanzu suke ganin akwai bukatar yin yaƙi? Me ya sa Allah ya ke bari Shaiɗan ya riƙa yin yaƙi da mutanensa, bayan Yesu ya riga ya lalatar da aikinsa duka a zuwan shi na fari (1 Yah. 3:8)? (ƙarin bayani: Yesu ya ce bawa ba zai fi ubangidansa ba, daga Yahaya 13:16.)

3. **"Ba wanda zai iya ganewa da irin azaba da ciwon zuciya da na sha. Babu shi."** Duk lokacin da muka sami damuwa ko muna fuskantar yanayi mai wahala, ko rashi, mukan jarabtu da tunanin cewa ba wanda ya taɓa samun irin wannan damuwar. Zafin da asarar suka zama kamar namu ne kaɗai, wato ba waɗanda suka taɓa samun irin wannan gwajin; damuwar da faman na iya yin tsanani har mu ji kamar ba wanda ya taɓa jin yadda muke ji, kuma ba wanda zai iya ganewa da zurfin damuwar da muke fuskanta. Nassoshi da yawa a cikin Littafi Mai Tsarki sun nuna ba haka ba ne. Duk da haka komin wahalar gwaje-gwaje, suna daidai da wadda wasu masu bi a sauran ɓangare na duniya suke fuskanta. Duba a cikin 1 Kor. 10:13, "Ba wani gwaji da ya taɓa samunku, wanda ba a saba yi wa ɗan adam ba. Allah mai alkawari ne, ba zai kuwa yarda a gwada ku fin ƙarfinku ba, amma game da gwajin sai ya ba da mafita, yadda za ku iya jurewa." Yaya gane wannan gaskiyar zai taimakemu jurewa a mawuyacin lokaci?

Haɗin

Godiya ga Allah wanda ya ba mu nasara ta wurin Ubangijinmu Yesu Kristi (1 Kor. 15:57)! An ƙwato mu daga ikon Shaiɗan, an yantar da mu daga mulkin duhu, cetattu ta wurin jinin Yesu, karɓaɓɓu a matsayin membobin sabuwar gwamnati, masu gadara da sabuwar hukuma da mulkin ƙaunataccen Ɗan Allah (Kol. 1:13). Wannan gaggarumar nasara tamu ce, amma dole mu koyi yadda za mu yi tsayayya da magabci, mu haɗa kai a cikin yin yaƙi mai kyau, da gwagwarmaya a matsayin mayaƙa. Ka yi tunanin wuraren da Allah ya kira ka domin ka wakilci "Christos Victor" (wani kalami da aka ba Yesu, ma'anarsa," Yesu mai nasara") – a cikin iyalinka, ko cikin abokanka, ko cikin makwabtanka, da wurin aikinka, da waɗanda ka ke haɗuwa da su. Yanzu kai sojan Almasihu ne (2 Tim 2:1-8). Kuma an kiraye ka da ka tsaya da kyau domin yin arangama da falmaƙin da magabci zai riƙa kawo wa.

Ɗaya daga cikin abubuwa na farko da za mu koya a wannan yaƙin shi ne yadda za mu daidaita tamu maganar da koyarwar Maganar Allah. Ba yanayin da muka sami kanmu ba ne amma tunani ko shawarar da muke ba kanmu ke shafar yadda muke ji ko yadda muke yin abu. Dole mu koyi gaya ma kanmu gaskiya game da wannan gaggarumin yaƙi, game da matsayinmu, game da kayan da Ubangiji ya ba mu domin su taimake mu cin nasara. Tun da tunanin da mukan yi (akan abubuwan da muka yarda da su) suke shafar halayenmu, dole mu koyi sabbin halaye na yi ma kanmu magana. Dole mu koyi daidaita al'amuranmu da Allah, muna nuna tabbacin nasarar Yesu akan ikon Shaiɗan, kuma da gaskata cewa idan muka miƙa kanmu ga Allah, muka yi tsayayya da ƙarairayin Shaiɗan, Shaiɗan zai gudu.

Ka fara yanzun nan (yau), ka roƙi Ruhu Mai Tsarki ya sa ka gane ƙarairayin da ka riƙa yarda da su. Ka ƙudura cewa za ka yi rayuwarka bisa ga gaskiyar Maganar Allah da nasarar da ka ke da ita a cikin Kristi, ba ta yadda ake ganin abubuwa ba ko yadda ake ji. Koyon sabbin halaye na tunani ya kan ɗauki ɗan lokaci, saboda haka a zama da haƙuri a bi a hankali. Kana ƙara dagewa akan Gaskiya kana kuma aiki da nasarar da taka ce a cikin Yesu, haka za ka ƙara ƙarfi, da ƙwarewa a cikin yaƙi na ruhaniya. Ka fara yau, ka roƙi Allah ya ba ka ƙarfin hali a lokacin da ka ke ƙoƙarin koyon sabon hali da na yin tunani. Idan ka yi haka za ka yi rayuwa mai nasarar da Yesu ya riga ya ciwo mana, ba za ka karaya ba, ba abinda zai tayar maka da hankali, kuma za ka yi girma a cikin rayuwarka ta Krista.

Tabbaci

Ina da magabci da yake ƙoƙarin karayad da ni daga aikin mulkin sama, saboda haka ba zan yi mamaki ba idan gwaje-gwaje suka zo.

Addu'a

An haifi Anselm na Canterbury (1033-1109) a France (Faranshi), wanda daga baya ya zama shugaban Iklisiya a England (Ingila). Aka kira shi da suna "founder of Scholasticism" saboda ikon da yake da shi ta fuskar ilimin tauhidi. An sanshi a matsayin wanda ya ƙirƙiro "ontological argument" (bayani game kasancewar Allah)

Addu'a Domin Koyarwa, Anselm

Ya Allahna,
Ka koya ma zuciyata yau inda, da yadda zan gan ka, inda da yadda zan neme ka.
Ka yi ni kuma ka sake yi na,
Kuma ka sa a cikina
Dukan abubuwa masu kyau da nake da su.
Kuma duk da haka ban san ka ba.
Ban yi abinda ya zama dalilin kasancewa ta ba.
Ka koya mani yadda zan neme ka,
Gama ba zan iya neman ka da kaina ba.
Sai ka koya mani, ko sa'ad da na same ka,
Sai ka nuna mani kanka tukuna.
Bari in neme ka a cikin muradi na.
Bari in same ka ta wurin ƙaunar da zan yi maka,
Bari in ƙaunace ka idan na same ka.

~ Don L. Davis. *A Sojourner's Quest*
Wichita, KS: The Urban Ministry Institute, 2010, p. 98

Kuka Daga Zuciya Zuwa Ga Ubangiji

Ya Uba wanda ke cikin sama, Allah kuma Uba na Ubangijinmu Yesu Kristi, na gode maka domin nasarar da ka ba 'ya'yanka akan magabci, Shaiɗan. Ƙaunarka zuwa garemu ta sa ka ba da Ɗanka, kuma yanzu mun sami 'yanci daga mulkin duhu zuwa Mulkin Ɗanka. Ka gafarta mani dukan zunubaina, ka sa mani salama ta wurin jinin da Ɗanka ya zubar a kan giciye, ka kuma ba ni rai madauwami a cikin sunansa (Yesu).

Na gode maka ya Uba, da yanzu ni ɗanka ne, kuma Ruhunka Mai Tsarki ya ke yi mani jagora da bishewa, kuma yanzu ina iya yin tafiya cikin nasara a cikin sunan Yesu. Kada ka kaini cikin jaraba amma ka cece ni daga mugun. Muradina kawai yanzu shi ne na in yabe ka in ɗaukaka ka a cikina da kuma duk abin da na ke yi. Ka bani iko cikin alherinka don in daɗaɗa maka rai, domin kai kaɗai yabo yake naka. Na yi addu'a domin waɗannan abubuwa a cikin sunan Yesu, amin.

Domin Karin Bincike

A *www.tumi.org/sacredroots, muna da sashe na musamman domin ƙarin bayani a rubuce da kuma waɗanda ke cikin hotunan bidiyo.*

Neil T. Anderson. *Victory over the Darkness.* Bloomington, MN: Bethany House Publishers, 2013.

Domin Shiri na Gaba

A shiri na gaba, za ka yi bincike ka sami sani game da **Kayan Aikin da Muke Amfani Da Su** haɗe da waɗannan kawunan magana:

1. Allah ya ba mu makamai saboda haka za mu iya tsayawa da kyau kan ƙafafuwanmu.
2. Dole mu gaskata da gaskiya mu yi tsayayya da ƙarya.
3. Mu inganta ƙarfin da muke da shi na yaƙi ta wurin yin rayuwar ɗa'a a ruhaniyance.

Haddacewa

Yahaya 16:33

Aikin Yi A Gida

1. Ka sa burin sake binciken wannan wuri a ƙalla sau uku a wannan satin da ke zuwa. Ka saba gaya ma kanka gaskiya ta wurin faɗin gaskiya a sauƙaƙe kuma da ƙarfi a cikin ayyukanka na yinin gaba ɗaya. Misali, za ka iya cewa, "Na gode maka Uba na sama, da na iya shawo kan Shaiɗan da hanyoyinsa a cikin rayuwata ta wurin bangaskiyata a cikin Yesu Kristi", ko ka ce "Wannan tunani ba daga wurin Ubangiji ba ne. Ƙarya ce, ba zan karɓa ba." Za ka sami sabon salon yi ma kai magana a lokacin da ka ke koyon yin tafiya ta wurin bangaskiya a yinin.
2. Ɗaya daga cikin hanyoyin da za ka kada magabci shi ne ta wurin hora kai ga yin azumi. Azumi shi ne ƙin cin abinci ko wani abu da aka saba yi domin miƙa kai ko ba Allah hankali da kuma yin yaƙi mai kyau na bangaskiya. Sai a mance da abinci tukuna domin addu'a, a yi bincike da bimbinin Maganar Allah. (Idan saboda zancen lafiya ba za ka iya yi ba abinci ba, kana iya dena kallon wani shiri na telebijin da kake jin daɗin kallo, ko zuwa wurin da ka saba zuwa shaƙatawa.)
3. Ka rubuta duka abubuwan da ka koya ta dalilin azumin a cikin ɗan littafi ka tattauna da wani tsayayyen mai bi a Iklisiyarka.
4. Ka yi shiri domin azumi na gaba da za ka yi; ka sanya a cikin shirye-shiryenka.

Darasi na 8

Kayan Aikin Da Muke Amfani Da Su

Sanya Dukan Makamai na Allah

> Saboda haka, sai ku ɗauki dukan makamai na Allah domin ku iya dagewa a muguwar ranar nan, bayan kuma kun gama kome duka, ku dage. Saboda haka fa ku dage, gaskiya ta zama ɗamararku, adalci ya zama sulkenku, shirin kai bisharar salama ya zama kamar takalmi a ƙafafunku. Banda waɗannan kuma, ku ɗauki garkuwar bangaskiya, wadda za ku iya kashe dukan kiban wutar Mugun nan da ita. Ku kuma ɗauki kwalkwalin ceto da takobin Ruhu, wato Maganar Allah.
>
> ~ Bulus zuwa Afisawa 6:13-17

Manufa

A ƙarshen wannan sashe, za ka rungumi kayan aikin da muke amfani da su ta wajen yarda da cewa:

- Allah ya tanada wa kowane mai ba da gaskiya kayan yaƙin da suke bukata domin yin tsayayya da magabci su kuma iya tsayawa daram a duk lokacin da aka kawo hari.
- Gaskiyar Littafi (wato Maganar Allah) za ta iya sa mu iya ganewa, mu yi tsayayya, mu sauya ƙarairayin da magabci ya ke jefa mana.
- Ruhu Mai Tsarki yake inganta mu ga iya yin yaƙi da magabci ta wuirn rayuwa mai ɗa'a ta ruhaniya.

Addu'a Domin Hikima

Allah Ubanmu wanda ke cikin sama, ka faɗa mana a cikin Maganarka cewa kai ne tushen dukan sani da hikima. Ina yin na'am da wannan gaskiyar, ya Uba. Ina kuma roƙonka ka sanya mani wannan hikima domin in iya tantancewa da rabe kalmar gaskiya (2 Tim. 2:15). Idan ka yarda ka gargaɗe ni ka koya mani game da hanyar da zan bi (Zab. 32:8), ka kuma bi da ƙafafuna. Ka sa kunnuwana su zama masu sauraronka, ka yi mani gyara yanzu dangane da yadda na ke yin tunani da magana, ka kuma jawo ni kan hanya inda na kauce.

Uba, ka bani baiwar rarrabewa, ka sa in iya sanin bambanci tsakanin abinda ke daidai da wanda ba daidai ba a lokacin da nake bincike, akan koyarwa, da ruhohi da baye –baye. Ka nuna mani ta wurin Ruhu Mai Tsarki naka nufi, ka ba ni ganewa da yadda zan aiwatar da manufofinka da zuciya ɗaya.

Ya Ubangiji, ka taimake ni in zama mai hanzarin ji da sauraro amma kuma in zama mai jinkirin yin magana da jinkirin fushi (Yakubu 1:19). Bari maganar bakina da tunanin zuciyata su zama abin karɓa a gareka. Ka bar ni in faɗi gaskiyarka cikin hikima domin ya zama duk wanda na yi magana da shi ya gane ya kuma ƙaru ta wurin gaskiyarka.

Ka koya mani yanzu a cikin binciken nan a lokacin da na ke karɓar Maganarka da umurnanka. Na roƙi waɗannan abubuwa a cikin sunan nan mai ƙarfi na Yesu, Ubangiji da Mai Cetona, Amin

Gamuwa

1. **"Wannan yaƙi na ruhaniya ya shafi kowa da kowa? Abin ya yi kamar wasan kwaikwayo a gare ni!"** A cikin tattaunawa da wani aboki wanda bai ba da gaskiya game da wa'azin da fasto ya yi a kan yaƙi na ruhaniya ba, 'yar almajira ta gamu da zancen shakka, karo na farko game da al'amura da suka shafi ruhaniya. Abokin Debbie, mai suna Ralph, ya yi ta sauraronta a lokacin da ta ke ba shi labarin bangaskiyarta a cikin Kristi, yadda Yesu ya mutu akan giciye domin ya biya hakkin zunubin ɗan adam, ya woƙintar da ikon magabci, wanda ta wurin tsoron mutuwa ya riƙe ko ya sa mutum cikin kangi. "Me kika ce, Deb? Kin yarda cewa muna cikin irin wannan yaƙin na ruhaniya?" Debbie ta amsa, "I, Littafi Mai Tsarki ya ce gaba ɗaya duniya tana cikin yaƙi, kuma ainihin magabcin ko abokin yaƙin ba mutane ba ne, amma mugun nan ne, Shaiɗan, wanda ƙarairayi da ruɗinsa ya sa mutane su ka yi ma Allah tawaye suka kuma ji ma juna." "Ban san ko zan iya haɗiye wannan magana ba, Deb. Kina nufin cewa kowa da kowa na cikin wannan yaƙi na ruhaniya? Yana yi mana kamar kayan wasan kwaikwayo na "Holywood." Yaya za ka ba Deb shawara game da amsar da za ta ba abokinta Ralph akan zahirin yaƙi na ruhaniya?

2. **"Ƙarairayi su ne mafi munin miyagun makamai na duniya, sun fi makamai masu linzami ƙarfi".** Wannan shi ne ra'ayin ɗaya daga cikin shahararrun malaman Littafi Mai Tsarki da duniya ta taɓa sani, Rev. Dr. John Stott. Ya yi koyarwa sosai akan ma'anar abinda Littafi ke faɗi, kuma ya ba da gaskiya cewa a cikin yaƙi na ruhaniya, kowane almajirin Yesu yana ciki. Yaƙin game da gaskiya ce, wato mene ne ainihin bayanin akan duniya, da rai, da abubuwan da za su zo. Ya ja da cewa gaskiyar Nassi (wato Maganar Allah) za ta sa mu iya ganewa, mu tsaya da kyau mu kuma sauya ƙarairayin da magabci ya ke jifar mu da su. Mene ne tunaninka game da wannan furuci: "Ƙarairayi su ne mafi munin miyagun makamai na duniya?" Za ka iya tunawa da wasu misalai a cikin tarihin ƙarairayi da mutane suka yarda da su har ya kai su aikata miyagun abubuwa, ko ji ma wasu, domin kawai saboda mutane sun karɓi abinda ba daidai ba a matsayin gaskiya?

3. **"Yin abu kullum kullum na sa ka ƙara ƙwarewa a yin abin."** Dukanmu mun zama abinda hali ya mai da mu, wanda ya zama wani abu ɗaya daga cikin al'amura masu amfani da ɗan adam yake da shi.

Zancen na da ɗan sauƙin koyo. Yin wani abu kullum, ko yin wani tunani a kullum, ko kwaikwayon wani hali ya kan zama da sauƙi a maimaita shi; daga nan kuma sai ya zama an shahara a yin abin. Haka ma, Allah ya ba mu wasu ayyuka da suke gina mu ta fuskar ruhaniya (yawancin lokaci ake kira ɗa'a) waɗanda ke ƙara mana inganci wajen yaƙi da magabci. Yayinda muke ƙara rayuwa ta ɗa'a a cikin rayuwarmu ta Kristi (misali ta wurin addu'a, da zumunta da yan'uwa masu bi, da karatu, da bincike, da haddace Nassi, da sujada ga Allah), haka zai sa mu ƙara ƙarfi, ya kuma zama mana da sauƙi mu iya gane ƙarairayin magabci, mu kuma ƙi shi ta wurin bangaskiya. Karanta Gal. 6:7-9. Ta yaya wannan nassi ke taimakonmu gane yadda za mu girma sosai a cikin Kristi ta wurin tsayawa babu tangarɗa, da yin rayuwar ɗa'a a ruhaniyance?

Abinda Ke a Ciki

A sashe na baya(**Magabcin da Muke Yaƙi Da Shi**) ka koyi abubuwa game da yadda magabci yake. A wannan sashe za ka koyi yadda za ka yi amfani da "dukan makamai na Allah", kayan aikin da Ubangiji ya ba mu domin mu yi yaƙi mai kyau na bangaskiya.

Gaskiyar yadda rayuwar Krista take ta yaƙi ce, ba gaba da mutane ba amma gaba da mugayen ruhohi masu gaba da ayyukanmu saboda mu na Kristi ne. Bai kamata mu yi mamaki cewa magabci ba ya gajiya ba; harin da ya ke kawowa mai ƙarfi ne kuma a koyaushe. Allah ya ba mu makamai masu dacewa, cikakkun kayan yaƙi da za mu yi amfani da su a yaƙinmu na ruhaniya. Yaƙin da muke ciki fama ne da ruhohi waɗanda suke so su ga mun gurɓata bangaskiyarmu, mun ɓata dangantakarmu da Kristi, mu miƙa kai ga duniya, hankalinmu ya kawu daga tafarki.

Littafi Mai Tsarki ya kwatanta ƙarairayin magabci da linzamin wuta, kibau na mugu, waɗanda garkuwar bangaskiya ce ke iya kashe su. Bangaskiyarmu a cikin Ubangiji an nuna ta kamar garkuwa da ke kare mu daga "mugun", daga Shaiɗan kanshi. Yesu shi ne Ubangijinmu, Maiyaƙin da ya ci nasara da Shaiɗan ta wurin giciye da tashinsa daga matattu. Muna zaman masu nasara a cikin shi Babban Mai Nasara, *Christus Victor*, wato Ubangiji Yesu ke nan.

Saboda haka, masu ba da gaskiya mayaƙa ne na ruhaniya, sojojin Kristi, jarumawa waɗanda suna sane da abinda ke a ƙasa a cikin yaƙin da suke yi da ƙarairayin magabci. Dole mu ɗauki hali na yin yaƙi da magabci; mu wakilci Kristi da bangirma da ladabi a cikin dukan abinda muke yi, mu kuma tsaya kan bakanmu a cikin yaƙi na ruhaniya ta yadda muka dage muna dogara ga Allah kamar yadda Yesu ya dogara ga Allah kuma Uba ga Ubangijinmu Yesu Kristi. Ta wurin shi, za mu iya yin tsayayya da duk wani abu da aka sa gaba da mu.

Tun da dabarar Shaiɗan ita ce yi mana ƙarya, babban makamin mu shi ne mu tabbatar da gaskiya mu ƙi yarda da ƙarairayi, mu zama a faɗake game da ruɗin da suke ƙoƙarin sa mu yarda da su. Kowane kayan yaƙi da Allah ya ba mu na halaƙa ne da gaskiyar Allah a cikin Kristi. Wannan ya sa dole mu koyi abubuwa game da dukan makaman, domin ta wurin koyon yin amfani da su ne za mu iya amfani da su da kyau tare da hikima gaba da magabcinmu. Ƙara yin amfani da su shi ne ƙarfinmu da sanin hanyoyi mafiya kyau da za mu yaƙi magabcin a matsayinmu na sojojin Yesu Kristi.

> Shaiɗan ya sami Adamu da Hauwa'u a lambun Eden inda ya raɗa masu, da mu duka, cewa – "Ba za ku dogara ga zuciyar Allah ba..... yana ɓoye maku abubuwa.... ku san yadda za ku ɗauki ragamar yin iko da kanku."
>
> ~ John Eldredge, Epic. *The Story God Is Telling* Nashville: Thomas Nelson, Inc., 2004, p. 55

Kayan Aikin da Muke Amfani Da Su
Bincike na Darasi na 8

Karanta Nassoshin da ke biye sannan ka ba da amsa a taƙaice na tambayoyin da aka yi, ko wanne bisa ga koyarwar Littafi Mai Tsarki.

1. *A rayuwarmu a cikin duniya, ba muna yaƙi na ruhaniya bisa ga yadda duniya ta tsara ba ne; makamanmu daga wurin Allah suke, wanda yake hora mu domin mu iya yaƙi na ruhaniya da kyau.* Karanta 2 Korantiyawa 10:3-5 sannan ka cika layin da aka ja domin amsa dangane da kayan yaƙinmu.

   a. Kayan yaƙin da Allah ya tanada mana ba na ________________ ba

   b. Waɗannan kayan yaƙi na musamman suna da iko na musamman na lalatar da _____

   c. Ta wurin dalilin waɗannan kayan yaƙin, za mu iya lalatar da ________ da kowane ________ da ya tashi yana gaba da al'amarin Allah.

   d. Amfani da kayan yaƙinmu ya ke ba mu dama mu ________________
   ____

2. *Allah ya tanada wa masu bi kayan yaƙi masu dacewa domin tsayawa gaba da dukan dabarun magabcinmu, mugu, wanda yake amfani da ƙarairayi domin ya razanar, ya kuma ji ma masu ba da gaskiya.* Ka hada Nassoshi na biye da kwatancin da ya yi daidai da su:

   a. Rom.13:11-12 ___ Yafa dukan makamai na Allah na sa mu iya yin tsayayya da magabci

b. Afis. 6:11-12 ___ Yi watsi da ayyukan duhu, a sa kayan haske.

c. 1 Tass. 5:8 ___ Sulken bangaskiya da ƙauna, da ƙwalkwalin ceto.

3. *Masu bi suna yaƙi ne ba kawai da iblis ba amma da abinda Littafi Mai Tsarki ya kira "duniya", da "jiki" (halin mutum na zunubi). Shaiɗan yakan kai hari ma masu bi daga waje ta wurin jarabobin wannan duniya, da kuma ta rinjaya ga aikata zunubi.* Ka haɗa Nassoshin na ƙasa da bayanin da ya yi daidai da kowannensu.

a. Yakubu 4:4 ___ Magabci yakan nemi ya hana mu miƙa kai ga Kristi.

b. Yahuza 3-4 ___ Zaman abokantaka da duniya, zama mai gaba da Allah ne.

c. 2 Kor. 11:3 ___ Shaiɗan yana kai saran masu bi, yana nema ya kushe su a gaban Allah

d. Wah. Yah 12:10 ___ Ruɗi makami ne da magabci ya zaɓa domin ya ji ma masu bi a cikin tafiyarsu

4. *Masu bi za su yafa duka makamai na Allah domin su iya tsayawa a cikin miyagun kwanaki, kuma bayan an tsaya a dage, a tsaya da ƙarfi cikin bangaskiya.* Karanta Afisawa 6:13-18. Ka gama kayan da za a yafa da abinda kowannensu ke yi.

a. Ɗamara ___ Ta ceto

b. Sulke ___ Na Ruhu, Maganar Allah

c. Takalma ___ Na shirin kai bisharar salama

d. Garkuwa ___ Ta gaskiya

e. Kwalkwalin ___ Na bangaskiya

f. Takobi ___ Na adalci

5. *A cikin yaƙinmu na ruhaniya, Ubangiji ne kariyarmu da ƙarfinmu, yana gina mu domin mu yaƙi ƙarairayi, da abubuwan da ba daidai ba, da kuma ruɗin Shaiɗan*

a. Karanta Matiyu 4:1-11. Ta yaya Yesu ya yi tsayayya da hari da jarabobin magabci?

b. Karanta Zabura 18:31-48. Ka faɗi hanyoyi uku na yadda Ubangiji ya ke shirya sojojinsa na ruhaniya domin su yi tsayayya da dabarun magabci.

i.

ii.

iii.

c. Karanta Zabura 144:1 -10. Ta yaya Ubangiji ya koya mana yadda za mu yaƙi "magabcinmu" wato ƙarairayi da rashin gaskiya da muke fuskanta kowace rana?

6. *Dole soja na ruhaniya ya yafa kayan yaƙi na Allah, kuma dole ya tsarkake kansa ko kanta daga dukan abinda ke nawaitawa.* Karanta 1 Timoti 6:11-16. Mene ne za ka nema ka riƙa yi domin ka yi yaƙi mai kyau na bangaskiya?

7. *Zunubi na karya mana gwiwa a cikin yaƙinmu, kuma zai iya sa mu karaya. Duk da haka, idan muka yi zunubi, Allah ya shirya mana Mai Taimako, mai wakiltarmu a gaban Uba.* Karanta 1 Yah. 2:1-2. Idan muka yi zunubi wane ne Mai Taimakonmu, wanda yake yin magana domin kare mu?

8. Ko da mun karaya, ko yaƙin da zunubi ya yi tsanani, ƙaunar Allah ta tabbabtar mana da cewa lallai za mu yi nasara a ƙarshe. Karanta Romawa 7:28-39. Ka cika wurin da aka bari domin amsa.

a. Dukan abu suna aikatawa zuwa ______ ga waɗanda aka kira bisa ga ______ (aya 28)

b. Idan Allah na tare da mu wa zai ______ da mu (aya31)?

c. Wa zai raba mu da ______ Kristi (aya 35)

d. A cikin waɗannan duka ______ ta wurin shi wanda ya ƙaunace mu (aya 37)

e. Ka lisafta dukan abubuwan da ba su da ikon da za su raba mu da ƙaunar Allah da ta ke cikin Yesu Ubangijinmu (aya 38-39)

9. *Takobin Ruhu shi ne Maganar Allah, hurarriyar Maganar Allah wadda ta ke daidai kuma mai shirya mu domin dukan abinda muke bukata domin mu daure da jimiri a cikin kiran da aka yi mana a cikin Kristi.* Karanta 2 Timoti 3:16-17. Lisafta abubuwa uku da Littafi Mai Tsarki ke yi don ya shirya mu domin kowane aiki mai kyau.

10. *Domin mu iya yin yaƙi na ruhaniya da kyau, dole mu ƙara ma bangaskiyarmu wasu halaye na tsoron Allah da za su sa mu zama masu ba da 'ya'ya gaba ɗaya a cikin rayuwarmu ta Krista.* Karanta 2 Bitrus 1:3-11, sannan ka amsa tambayoyin da suka bi baya.

a. Me madauwamin ikon nan ya ba mu? (aya 3)

b. Tun da muna da manyan alkawaransa masu daraja, me muke iya yi? (aya 4)

c. Bayan ƙara wa bangaskiyarmu kirki, me kuma za mu nema? (aya 5-7)

d. Ta yaya za mu guji zama marasa kwazo da marasa amfani a cikin sanin Ubangiji? (aya8)

e. Yaya mutumen da ba shi da waɗannan halayen yake? (aya 9)

A Taƙaice

Kowane mai ba da gaskiya ga Yesu Kristi yana cikin yaƙi ne da duniya, da jiki, da Shaiɗan. Wannan ba dambe da mutane ba ne, ko faɗa, amma yaƙi ne da miyagun ruhohi na sararin sama waɗanda suke nema su ruɗar, su canza abubuwa, su lalatar da masu ba da gaskiya ta wurin ƙarya da ruɗi. Shaiɗan yana yawo kamar mayunwacin zaki, yana neman wanda zai kekketa (1 Bitrus 5:8-9), mu kuma sai mu zama da kula, mu zama a faɗake game da wayonsa da dabarunsa. Harin da yake kawo mana a cikin tunaninmu da zukatanmu suna da zafi, kuma a koyaushe ne domin ba ya gajiya.

Domin mu iya tsayawa da magabci a lokacin yaƙi, Allah ya tanada ma masu bi kayan yaƙi daga sama, "dukan kayan yaƙi na Allah", an ba mu domin mu yi amfani da su domin yaƙi na ruhaniya. Kayan yaƙin da magabci ya zaɓa shi ne ƙarya, wadda Littafi Mai Tsarki ya kwatanta ta da kibau masu wuta na mugun nan, waɗanda garkuwar bangaskiya ce kaɗai ke iya kashe su(ɗaya daga cikin kayan yaƙi na Allah). Ƙari, an ba mu abin ɗamara, wato gaskiya, da sulken adalci, da takalma na Bisharar salama, da kwalkwalin ceto, da takobin Ruhu, wato Maganar Allah.

Kada, ko da wasa, ka karaya a yayin da kake cikin wannan yaƙi na ruhaniya: "Ka sani taka wahalar a matsayin cikakken sojan Yesu Kristi ta ke. Ba sojan da yake yarda ya shiga cikin harkar waɗanda ba sojoji ba, tun da niyarsa ta ya daɗaɗa wa wanda ya ɗauke shi aiki ne" (2 Timoti 2:3-4). Hare-haren magabci ta wurin ƙarairayi, da suka, da shari'antawa, da dukan abubuwan da ba daidai ba a koyaushe suke. Koyon yin yaƙin nan ya haɗa da koyon nacewa, da zama mai ɗa'a da aminci. Yayin da ka ke ƙara amfani da makamai na Allah a cikin yaƙi da ƙarairayin magabci, haka za ka ƙara iya tsayawa cikin nasara da shi. Ka zama da haƙuri, ka saurari Ubangiji.

Apendis

Ababan da aka ƙara domin ka bincika ka yi tunani a kai da suke da tasiri akan wannan darasin sune a jere:

Yadda za a Fara Karanta Littafi Mai Tsarki (Ap. na 3)
Fahimtar Littafi Mai Tsarki Sashe-sashe da kuma Gaba 'Daya (Ap. na 13)
Tsarin Littafi Mai Tsarki a Taƙaice (Ap. na 17)
Sabon Alkawari A Yadda Al'amuran Suka Auku (Ap. na 18)
Sadar da Almasihu: Dangantakar Litattafan Bishara (Ap. na 19)
Bari Allah Ya Tashi! Abubuwa Guda Bakwai na Neman Ubangiji da Tagomashinsa (Ap. na 23)

Ainihin matsalar rayuwar Krista ta kan zo ne kowane lokacin da ka tashi a kowace safiya. Duka abubuwa da ka ke fata za ka yi da ka ke da su a zuciya na ranar za su zaburo maka a guje kamar namun daji. Abin yi na farko kowace safiya shi ne ka kora su baya; ta wurin sauraron waccan muryar, ta bin ƙaramin ra'ayin, da barin babbar rayuwa mafi girma, a ƙarfi, ara gajare ta shigo ciki. Ka ci gaba da yin haka dukan yini. Za mu iya yin haka ne na ɗan lokaci da farko. Amma daga waɗannan lokatan wata sabuwar rayuwa za ta rika baiyana tana yaɗuwa cikin jikinmu; saboda yanzu muna barin shi ya yi aiki da mu yadda ya kamata. Shi ne bambanci tsakanin penti wanda akan shafa shi sama-sama ne kawai, da rini wanda yake shiga ciki sosai.

~ C. S. Lewis
Richard J. Foster and James Bryan Smith, Eds.
Devotional Classics: Revised Edition
Selected Readings for Individuals and Groups.
Renovare, Inc. (HarperCollins Publishers), New York. 1993. p. 9

Kwayar Magana

Kayan yaƙinmu ba na duniya ba ne (2 Korantiyawa 10:4)

Abinda Za a Bincika

Karanta waɗannan, ka kuma dubi abinda ake magana akansu, sannan ka amsa tare da ba da haske akan abinda zai magance su, bisa ga wurin da aka yi nazari a sama.

1. **"Ba komi da ya shiga tunaninka yake daga wurin Ubangiji ba. Ka koyi sanin inda tunanin ya fito."** Dole sabbin tuba su koyi gane cewa tunaninsu shi ne fagen yaƙi na ruhaniya. Magabci yana da halin shiga cikin tunaninmu, kuma yana iya ba da shawara a yarda da ƙarya, da rashin gaskiya ko murɗiya ga masu bi. Idan aka yarda da waɗannan murɗe murɗe, za su iya kawo tashin hankali na tunani, hange da kai mutum ga yin halin da zai lalatar da mutum. Ko da yake muke da kayan yaƙi na musamman na ƙin shawara marasa kyau da abu marar kyau da za mu fuskanta, har yanzu dole mu koyi yadda za mu "maida magana ma Shaiɗan", wato amfani da Maganar Allah domin maganin ƙarairayin da magabci ke jefa mana.

   Ka sake karanta yadda Yesu ya yi da Shaiɗan a Matiyu 4:1-11. Ta yaya Ubangiji ya ƙi amincewa da jarabobin Shaiɗan? Mene ne makaminsa? Yaya ya yi da abubuwan da Shaiɗan ya ce zai ba shi a cikin daji? Me wannan ke koya mana game da namu yaƙin na ruhaniya a yau?

2. **"Ba zan taɓa iya fita daga ramin nan ba. Ko kaɗan."** A duniyarmu ta yanzu ta na'urori, kowa ya saba da samun abinda ya ke so cikin sauri, kuma kai tsaye. Ba wanda ke son abinda zai ɗauki lokaci na aiki tuƙuru kafin a sami abinda ake so, ko abinda ake ji ana da bukatarsa. Irin wannan hali na iya shafar rayuwar Krista. Ko da yake nasara, da kuɓutaswa, da kariya duk an ba mu su ta wurin bangaskiya a cikin Yesu (1 Kor.15:57; Yah. 5:24; Rom. 8:35-39; Afis. 1:3), muna da bukatar mu koyi yadda za mu yi yaƙin, da yadda za mu jira domin nasara.

   Yakan zama ma matasa Krista da sauƙi su karaya, musamman idan suka fara da kyau, sai aka sami koma baya. Matsaloli, da gwaji, da tsanani na iya sa abubuwa su zama da wahala da karya zuciya da tunani mai zurfi. Kai, ko tsohon mai bi, wato daɗaɗɗen mai bi ma na iya samun kanshi cikin irin wannan yanayi, har ya miƙa kai ga jarabobi da ƙarairayin magabci. Me kake tunani mai bi zai yi idan ya kasa har ya yarda cewa ba zai iya fita daga ramin ba: wato, ya yi zunubi, sannan ya roƙi gafara, sai ya ƙara yin zunubin, sannan ya roƙi gafara kuma, a kai, a kai haka kenan? Me za ka ce ma mai bi da yake tashi wanda ya yarda da cewa wuri ko wani abu ya yi masu wuya har yana tunanin cewa ba zai iya shawo kan matsalar ba?

3. **"Mabuɗi na samun nasara a yakin nan shi ne jimiri. Koyarwa ta farko da ta ƙarshe ita ce kada ka karaya."** A cikin maganar da aka yi game da gwagwarmaya tsakanin jiki da Ruhu a cikin masu bi a Galatiyawa, Bulus ya taƙaita koyarwarsa da cewa:

Galatiyawa 6:7-10 – Kada fa a yaudare ku, ai, ba ya yiwuwa a yi wa Allah wayo. Duk abinda mutum ya shuka, shi zai girba. Wanda ya yi shuka a ƙwaɗayin son zuciya, ta wurin son zuciya zai girbi ruɓa. Wanda ya yi shuka a Ruhu, ta wurin Ruhu zai girbi rai madawwami. Kada mu yi sanyi da yin aiki nagari, don ***za mu yi girbi a kan kari, in ba mu karai ba****. To, saboda haka, duk sa'ad da muke da zarafi, sai mu kyautata wa dukan mutane, tun ba ma waɗanda ke jama'ar masu ba da gaskiya ba.*

Bulus ya ce bai kamata mu yi sanyi da yin aiki nagari ba. Wato kada mu daina niya tun kafin mu cinma buri ta fuskar ruhaniya. Ya yi ma masu bi a Galatiya alkawari cewa za su girbi sakamakon haɗayar da suka yi idan ba su karaya ba. Komi a cikin yaƙinsu ya dogara ga yadda suka yi amfani da abinda suka sani, suna kuma aikata darussan bangaskiya da Bulus ya koya masu. Idan basu ja da baya ba, ya yi masu alkawarin cewa za su girbi sakamakon aikin abinda suka yi.

Cikin tunani game da kanka, waɗanne abubuwa ne suka fi ba ka damuwa, da suka fi duk sauran abubuwa ba ka matsala, har kana so ka karaya, ka sadakas, ka ma janye daga yaƙin? Me za ka yi domin tabbatar da cewa ka "tsaya cikin yaƙin", kuma ka ƙi tunanin ja da baya, har ka miƙa kai ga zunubi, da ƙarairayi, da jarabobi?

Haɗin

I, ta wurin bangaskiya ka kuɓuta daga mulkin duhu, aka maida kai zuwa Mulkin Ubangijnmu Yesu Kristi. Saboda wannan, ka zama mayaƙi na ruhaniya, sojan Kristi, mai gaba da miyagun ruhohi na "wannan duniya mai duhu." Ko da yake waɗannan magabta suna so su yi maka tarko ta wurin ƙarairayinsu, a murɗiya da ruɗi, za ka iya sani ta wurin bangaskiya da aikatawa yadda za ka rabe tsakanin abu mai kyau da mugu (Ibra. 5:11-14) Kada mu ji tsoro. Yayinda muka ɗauki kayan yaƙi na Allah, bari mu san gaskiyar Maganar Allah, kullum mu yi tafiya cikin tafarki da shaida mai kyau ta Ubangiji game da kanmu, za mu girma sosai.

> Shaiɗan zai yi ƙokari ya ta da maka hankali, ya sa ka fusata, amma zai tsere da zarar ka fara addu'a. Bisan komi, ka yi ƙokari ka sa kanka ga yin ayyuka masu amfani. Ta wurin yin haka, magabci yakan rasa hanyar da zai shige ka.
>
> ~ Thomas ā Kempis
> Richard J. Foster and James Bryan Smith, Eds.
> *Devotional Classics: Revised Edition: Selected Readings for Individuals and Groups.*
> Renovare, Inc. (HarperCollins Publishers), New York. 1993. P. 152

Ta yaya wannan zai yiwu? Tun da dabarar magabci ita ce ya sa mu yarda mu yi amfani da ƙarairayin da muka ji, babban makami shi ne tsaya wa gaskiya.

Dole kowane mai ba da gaskiya ya ɗauki makaman yaƙi na Allah, ya zama a faɗake game da rashin gaskiyar da ake gamuwa da ita a koyaushe, ta wurin zama kan gaskiya, da bimbini kan gaskiya, da rungumar gaskiyar Kristi. Waɗanne ɓangarori ne a rayuwarka a yau da suke bukatar ka sake tunani, a sake duba wasu abubuwa a cikin hasken gaskiya, wato bisa ga koyarwar Littafi Mai Tsarki? Waɗanne abubuwa ne ba sa tafiya daidai da gaskiyar da ta ke cikin Kristi? Ka yi bimbini akan abubuwa guda uku da Bulus ya yi amfani da su domin yin nasara cikin rayuwa ta gaskiya.

> Amma ba haka kuka koyi al'amarin Almasihu ba, in da a ce kun saurare shi, an kuma koya maku ta gare shi ne, wato yadda gaskiya ta Yesu take. Ku yar da halinku na da, wanda da kuke a ciki, wanda yake lalacewa saboda sha'awoyinsa na yaudara, ku kuma sabunta ra'ayin hankalinku, ku ɗauki sabon halin nan da aka halitta bisa ga kamannin Allah da haƙiƙanin adalci da tsarki.
>
> ~ Bulus zuwa Afisawa 4:20-24

Ayoyin nan sun ba da haske ga yadda za mu iya yin yaƙi mai kyau na bangaskiya yadda ya kamata. Da fari, ka ajiye tsohon mutum a gefe (da ƙarairayinsa da ruɗinsa); na biye, ka sabuntu a cikin ruhun tunani (ka gaya ma kanka gaskiya game da wurin nan da kake da damuwa); na uku, ka sanya sabon mutum (ka yi abubuwa tare da gaskiya ba fashi har sai ka sami sabon hali na yadda ka ke tunani, da magana, da aikatawa). Ka yi tunani mai zurfi game da umarnin da Bulus ya ba Afisawa, sannan ka aikata kullum.

Waɗanne wurare ne ka ke fama da su a cikin ƙoƙarin "tuɓe tsohon mutum (ƙarairayi da ruɗi)"? A waɗannan wurare, mene ne ya zama dole a "tuɓe"? Ta yaya za ka sabunta tunaninka da hankalinka? Ta yaya ya zama dole "ka sa sabon mutum"? Ka roƙi Ruhu Mai Tsarki ya ba ka hikima da alheri, shi kuma zai ba ka haske a cikin yaƙi domin gaskiya a waɗannan wurare.

Tabbataswa

Allah ya ba ni makamai na yaƙi, saboda haka ya zama dole in ƙara ƙwarewa a matsayina na sojan Kristi ta wurin horad da kaina ta yin rayuwa ta ruhaniya a cikin Iklisiya, ina gaya ma kaina gaskiya, ina kuma ƙin yarda da ƙarairayi.

Addu'a

Teresa de Cepeda y Ahumada (1515-1582) yar ƙasar Spain ce wadda ta fara bauta ma Kristi a matsayin "nun" (keɓebbiya) daga shekara 20. Ta miƙa kai sosai kuma tana da baiwa ta musamman ta iya rubutu game da rayuwarta ta ruhaniya. Sanannen aikin da ta yi akan addu'a shi ne "Interior Castle" wanda a cikin shi ta rubuta akan wata shaƙuwa da ta yi da Allah.

Addu'a ta Miƙa kai, ta Teresa ta Avila

Ka shugabance ni da dukan hikimarka, ya Allah, domin rayuwata ta zama ta bauta maka. Nufinka ya tabbata, kuma ba kamar yadda ni zan zaɓa ba. Kada ka yi mani hukunci, ina biɗar ka, ta wurin ba ni abinda na ke so ko na roƙa, idan ta saɓa wa ƙaunarka, wadda koyaushe za ta kasance a cikina. Bari in mutu ma kaina, domin in bauta maka, wanda a cikinka kawai akwai rai na ainihi. Amin

~ Don L. Davis. *A Sojourner's Quest*.
Wichita, KS: The Urban Ministry Institute, 2010, p. 98

Addu'a daga Zuciya Zuwa Ga Ubangiji

Allah wanda ke cikin sama kuma mai komi da kowa, godiya ta tabbata gareka saboda alherinka marar iyaka wanda shi ne ya sa ka ba mu makamanka da za su kare mu a cikin gwagwarmayar mu da magabta a cikin duniyar nan. Ba ka bar mu hannu wofi ba a cikin wannan gaggarumin yaƙi domin mulkinka ya tabbata. Muna da Ruhunka Mai Tsarki, da gafara ta wurin jinin Kristi, da makaman haske, da gaskiyar Littafi, wato, Maganarka. An sanya mu a cikin iyalinka, muna da alkawarinka mai ban mamaki da begen rai na har abada, kuma an ba mu baiwa ta Ruhunka Mai Tsarki:
Ka taimake mu ya Uba, mu yi amfani da waɗannan baye-baye masu ban mamaki domin mu rungumi alkawarinka na rai madawwami, mu kuma guje ma dukan ƙarairayi, da zunubi, da rashin gaskiya a yayin da muke koyon tafiya cikin gaskiya. Ka ba mu ƙarfin hali na wakiltarka da mutunci a sa'ad da muka ɗauki dukan makaman Allah, kada ko da wasa mu ja baya, sai dai mu tsaya da ƙarfi a cikin miyagun kwanaki. Na yi addu'an nan a cikin sunan Yesu, amin.

Domin Karin Bincike

*A **www.tumi.org/sacredroots,** muna da sashe na musamman domin samun rubutattun kayan aiki da na bidiyo.*

William J. Backus. *Telling Yourself the Truth*. Grand Rapids, MI: Bethany House Publishers, 2000.

Domin Koyaswa ta Gaba

A sashe na gaba, za ka yi bincike akan **Dauriyar da Muke Nunawa** wanda ya kunshi waɗannan kawunan magana:

1. Dole mu tsaya a faɗake; kada a same mu ba shiri.
2. Ruhu Mai Tsarki na taimakonmu a cikin yaƙi ta wurin addu'a.
3. Mu kan taimaki sauran masu bi a cikin yaƙinsu.

Haddacewa

2 Korantiyawa 10:4

Aikin Yi A Gida

1. Magabci yakan yi mana ƙarya saboda haka muna bukata mu sake tabbatar da gaskiya. Ka rubuta a cikin ɗan littafinka duk ƙarairayin da magabci ya gaya maka kwanan nan: ƙarairayi game da cetonka; ƙarairayi game da Allah, ƙarairayi game da kai kanka; ƙarairayi game da wasu. Ka rubuta dalilan da suka sa waɗannan ba gaskiya ba ne. Ka nemi ayoyin da suka nuna ba haka ba ne, waɗanda suna nuna abinda gaskiyar Maganar Allah ta ce game da su.
2. Wata hanya ta yin yaƙi mai kyau na bangaskiya ita ce ta wurin horar da kai ga furtawa. Ka ɗauki minti 10 domin addu'a, kana roƙon Allah ya nuna maka wani zunubi da ka ke bukata ka furta shi ga Allah. Bayan ka roƙa ka zauna shiru ka saurare shi. Idan ya nuna maka zunubin, kai dai kawai ka yarda, kada ka ba da hujja. Sannan ka karɓi jinkansa da gafartawarsa, wadda ke cikin jinin Kristi da aka zubar.
3. Ka sami Krista mai mutunci ka tambaye shi yadda shi ma ya ji game da furta zunubi da karɓar gafara. Ka furta mashi zunubanka, ka yi roƙo domin kalmomi da addu'a domin gafara da warkaswa daga gun wannan ɗan'uwa ko 'yar'uwa a cikin Kristi.

Darasi na 9

Dauriyar Da Muke Nunawa
Nacewar Tsarkaka

> Kullum ku yi addu'a ta ikon Ruhu cikin komen da kuke yi, kuna kuma roƙon Allah abin da kuke bukata. Da nufin haka, ku yi tsaro kullum yayin da kuke addu'a kuna tuna da tsarkaka.
>
> ~ Bulus zuwa Afisawa 6:18

Manufa

A ƙarshen wannan sashen, za ka gane da *Dauriyar da muke Nunawa* ta wurin yarda da cewa:

- Babban abu ga Kristan da ya ke girma a cikin Kristi shi ne koyon jimrewa, da tsayawa a faɗake, kada a same shi ba shiri; dole mu kutsa mu ci gaba domin mu kai ga samun ladar, komin wahala.
- Ruhu Mai Tsarki na ba mu ikon tsayawa da gaskiya ga kira da miƙa kai ta wurin taimakon da ya ke yi mana a cikin yaƙin da muke yi na jimrewa ta wurin addu'a.
- A cikin tsayawarmu da gaskiya ga Kristi, kuma cikin aminci muna bukatar kiran da aka yi mana, za a iya amfani da mu domin mu ƙarfafa wasu masu bi a cikin nasu faman.

Addu'a domin Hikima

Ubanmu wanda ke cikin sama, ka faɗa a cikin Maganarka cewa kai ne tushen kowane sani da kowace hikima. Ina haƙiƙancewa wannan gaskiya ce, ya Uba, ina kuma roƙo ka sa mani wannan hikima a cikina, domin in iya rabe kalmar gaskiya (2 Timoti 2:15). In ka yarda ka koya mani ta hanyar da zan bi (Zab. 32:8), ka kuma bi da ƙafafuna. Ka ƙarkata kunnuwana ga jin muryarka, ka yi mani gyara yanzu ta hanyar da na ke yin tunani da magana, ka bishe ni zuwa kan hanya inda na kauce.

Uba, ka bani baiwar ganewa, kuma ka sa in iya samun sani domin in iya ganewa tsakanin koyarwa mai kyau da marasa kyau, akan koyarwa iri-iri da zan samu, game da ruhohi da baye-baye. Ka nuna mani ta wurin Ruhunka Mai Tsarki mene ne nufinka, ka kuma bani ganewa game da yadda zan aikata nufinka da dukan zuciyata.

Ya Ubangiji, in ka yarda ka taimake ni in zama mai hanzarin ji da sauraro, da jinkirin magana, kuma ba mai saurin fushi ba (Yakubu 1:19). Bari kalmomin bakina da tunanin zuciyata su zama abin karɓa a gareka. Ka bari in riƙa furta gaskiyarka cikin hikima domin wanda nake magana da shi ya gane ya kuma ƙaru da sanin gaskiyarka.

Ka koya mani yanzu a cikin binciken nan a lokacin da nake karɓar Maganarka da umurninka. Na roƙi waɗannan a cikin sunan nan mai ƙarfi na Yesu Ubangijina, da Mai Cetona, amin.

Gamuwa

1. **Me ya sa Krista da yawa, har da fastoci, suke juya wa bangaskiyarsu baya?** Yau mutane da yawa suna komawa da baya, suna barin Iklisiya suna barin kira na ruhaniya a cikin Kristi. Ba kawai membobi kaɗan ba har ma da fastocin kansu, wato har da na kan bagadi. Iklisiyu da dama an rufe su, ma'aikata da yawa na juya wa Maganar Allah da Kristi baya. Da yawa suna ƙoƙarin yin bayani game da yadda hakan ke faruwa, wasu kuma ƙoƙari suke su hana wannan juya baya ta wurin mai da Kristanci abu ne mai dadi, kuma abu ne da ya dace. A ganinka, me ya sa a lokaci kamar wannan, da yawa suke barin kafaffun Iklisiyu, har ma wasu na cewa su ba su yarda da Kristi ba?

2. **"Abin ya yi zafi, kuma ina ji a raina na ba kaina kunya. Har na yi tunanin komawa baya cikin rayuwata ta da!"** Sabbin tuba da yawa sun riƙa samun kansu a cikin hali na miƙa kai sosai ga ƙaunar Kristi da kuma samun kai cikin halin ƙaƙa nika yi a cikin jarabobi da sarƙar rayuwar ruhaniya da ta duniya. Abin yakan karya gwiwar Kristan da ke kan tasowa sai ya dinga faɗuwa yana tashi. Irin wannan hali nassi ya ce, " ko sau nawa amintaccen mutum ya faɗi, ba abun damuwa ba ne, gama a koyaushe zai sake tashi, amma masifa takan hallaka mugaye" (K/ Magana 24:16). Rayuwar Krista abar sha'awa ce, amma ba da sauƙi ta ke ba. Me ya sa ya zama da muhimmanci almajirin Kristi da yake girma ya zama mai haƙuri da kanshi a lokacin da yake ci gaba da tafiya tare da Allah?

3. **"Za mu koyi biyayya ta hanyar da Yesu ya yi – ta wurin abubuwan da muka sha wahala a kansu."** Ɗaya daga cikin darusa masu wuya ga sabon tuba shi ne sani da gane da cewa ba a shirya rayuwar Krista ta zama ba gwagwarmaya, da matsaloli da wahala ba. Za mu iya ji kamar an bashe mu ganin yadda mai Zabura ya ce:"Mutumin kirki yakan sha wahala da yawa, amma Ubangiji yakan cece shi daga cikinsu duka (Zab. 34:19). Idan za mu faɗi gaskiya, za mu so ba sai mun wahala ba, mu kauce ma duk wata wahala ko wani tsanani da gwaji! Wasunmu mukan ji shi a jikinmu, ko ma mu ji an cuce mu idan a matsayin ƙaunatattun 'ya'yan Allah ya zama dole mu daure wahala da bala'o'i da yawa. Kuma, sa'ad da ka ke sabo-sabon Krista, za ka iya samun abun ba da sauƙi ba a ce da gaba gaɗi ka jimre cikin tsakiyar wahalun da suke kunno kai gaba ɗaya. Duk da haka, Littafi Mai Tsarki ya ba mu tabbatacci cewa wannan ita ce yadda Kristi ya koyi darasi: "Almasihu, lokacin zamansa a duniya, ya yi addu'o'i da roƙe-roƙe, tare da kuka mai tsanani, har da hawaye, ga wannan da ke da ikon ceton kansa daga mutuwa ke nan, aka kuwa saurare shi saboda tsananin miƙa kansa da ya yi. Ko da yake

shi Ɗa ne ya koyi biyayya ta wurin wuyar da ya sha " (Ibra. 5:7-8). Yaya misali game da Kristi zai ba mu bege a lokacin da muke koyon dauriya tare da haƙuri akan irin namu gwaje-gwajen a cikin tafiye-tafiyenmu na bangaskiya?

Abinda Ke a Ciki

A darasin da muka yi (**Kayan Aikin da Muke Amfani da Su**) mun koyi abubuwa game da makaman da muke amfani da su. A wannan darasin za a ƙarfafa ka da ka koyi jimrewa da dauriya a cikin yaƙin nan mai kyau na bangaskiya da muke yi.

Domin mu daure da wani abu, wani lokaci ana nufin dole mu gudu daga wurin. Dole mu ƙudurta a zukatanmu mu ɗauki matakin da zai zama na kowane lokaci kuma daidai da abinda muka yarda, muka kuma sani. Ba za mu taɓa miƙa kai ko mu koma baya ba ko da abin ya ƙara wahala, da sa mu cikin matsala da sa karayaswa, mun riga mun yanke shawara ta ci gaba da sa kai da kutsawa gaba, tare da dogaro da tsayawa a kan alkawarin Allah da jira domin bishewarsa da ƙarfinsa. Jimiri ke nan wani taurin kai mai kyau ne, wato ƙin barin gwaji da jarabobi su sa mu karaya mu juya ma bangaskiyarmu baya. Jimrewa na cewa, "Komin yaya, ba zan dena miƙa kai ga Ubangiji ba."

Ta wurin ƙarfafawa daga 'yan'uwa masu bi, addu'a cikin Ruhu Mai Tsarki da yarda da alkawarin da Allah ya yi mana, za mu iya kutsawa domin mu kai ga burinmu a cikin Kristi. Za mu iya girmama miƙa kanmu da muka yi domin bishewa da bunƙasa mulkin tasasshen Ubangijinmu Yesu Kristi kawai idan muka jimre. Za mu ci nasara, idan ba mu karaya ba.

Saboda haka jimiri ga mai yin yaƙi mai kyau na bangaskiya, ana iya gani a misalin sojoji, da masu gudun tsere da manoma (2 Tim. 2:1-8). Sojoji sukan hora kansu domin su koyi daure wahala, ko su hana kansu wani abu na tsawon lokaci, ko a sa kai cikin horo mai zafi ko ma a shiga hatsari. Masu tsere kuma sukan sa kansu cikin yanayi iri-iri, da zafi, da sanyi da sauransu. Sukan ƙalubalanci kansu ko da sun gaji ko an ɓata masu rai. Manoma kuma sukan jira har zuwa lokacin girbi, duk da ba su da iko akan yanayin sanyi, zafi, da sauransu da kuma kan shukar kanta da aka yi ma.

Kamar yadda yake a cikin misalan nan, ya zama dole mu jimre. Dole mu zama a shirye domin gwada wasu abubuwa da kuma faɗuwa, da kuma son tashi a sake yi kuma bayan an faɗin, sanin cewa ai yaƙin na Ubangiji ne. Za mu iya shuka iri, mu jira, mu koyi jiran lokacin Ubangiji. Idan muka yi haka Allah zai kai mu ga girbi a lokacinsa da ya dace.

> Addu'a dama ce ta yin magana lokacin yaƙi domin ci gaban aikin Iklisiya lokacin da ta ke yaƙi da ikon duhu da rashin gaskatawa. Ba abin mamaki ba ne ka ga kamar addu'a ba ta aiki sosai a lokacin da muka maida ita kamar abin magana na cikin ɗaki ko na ma'aikata kawai, domin kiran wasu daga saman bene, koko domin jin daɗin mu a cikin wuraren zamanmu. Allah ya ba mu damar yin addu'a lokacin yaƙi don mu riƙa kiransa saboda biyan dukan bukatun da muke da su yayinda mulkin Kristi na bunƙasa a duniya.
>
> ~ John Piper. *Let the Nations Be Glad*
> Grand Rapids, MI: Baker Academic, 2010, p. 65

Dauriyar Da Muke Nunawa
Binciken Littafi Mai Tsarki na Darasi na 9

Karanta waɗannan nassoshi na biye sannan ka amsa tambayoyin da ke biye da su a taƙaice tare da kowace koyarwar da Littafi Mai Tsarki ya ke yi game da su.

1. *Magabta da wasu abubuwa masu son kawo cikas suna nema su hana masu bi girma da ba da 'ya'ya domin Kristi.* Karanta Matiyu 13:1-9, da 13:18-23. Ka lisafta yanayi huɗu na iri, ka jera amsarka da kwatancen da aka yi.

a. Irin da suka faɗa kan hanya	___ Sun tsira, amma suka ƙone, suka bushe
b. Iri na kan sandararriyar ƙasa	___ Ƙaya ta shaƙe su
c. Irin da suka faɗa cikin ƙaya	___ Tsuntsaye suka cinye tsirorin
d. Irin da suka faɗa kan ƙasa mai kyau	___ Suka ba da tsaba, linki 30, wasu 60, wasu 100.

2. *Tun da muna kewaye da mutane da yawa waɗanda suka jimre a cikin bangaskiyarsu, mu ajiye duk wani abu da zai nawaita mana, mu bar Yesu ya tamaike mu yin cikakken gudun.* Karanta Ibraniyawa 12:1-11. Cika wurin da aka bari domin rubuta amsa.

   a. Mu yi tseren da ke gabanmu da ________________ (aya 1)

b. Ta wurin horo ne muke daure wahala; idan Allah na hora mu ne a matsayin______ (aya 7)

c. Akan ga kowane horo da ɗan zafi, amma daga baya yana sa _____ ga waɗanda aka hora (aya 11)

3. *Muna iya koyon jimriya ta wurin tunawa da amincin da masu bi suka yi waɗanda suka jimre matsi a tsakiyar gwaje-gwaje.*

a. Karanta 1 Kor. 10:1-13. Ta yaya ake so misalai daga cikin Littafi Mai Tsarki na waɗanda suka ba da gaskiya su koya mana wasu abubuwa game da jimrewa a cikin bangaskiya?

b. Karanta Ayuba 23:8-14. Me za mu koya game da yadda ya kamata mu yi a lokacin fama daga abinda Ayuba ya ji da kuma yadda ya yi game da gwaje-gwajen da ya samu da matsalolin da ya yi karo da su?

4. *Addu'a wata makama ce da kuma tanadi ma kowane Krista da ya sami kanshi ko ta sami kanta cikin tsanani ko gwagwarmaya.* Ka jera waɗannan ayoyin da bayanin da ya yi daidai da su.

a.	Luka 18:1-8	___ A yi roƙo a nema a ƙwanƙwasa cikin addu'a, Allah zai tanada
b.	1 Tass. 5:17; Rom. 12:12	___ Kana buƙata ka daure; ka bi nufin Allah, kuma za ka sami abinda ya alkawarta
c.	Luka 11:5-13	___ Yi addu'a ba fasawa
d.	Ibr. 10:26-36	___ Ya kamata mu riƙa yin addu'a koyaushe, kada mu karaya ko kaɗan
e.	Afis. 6:18	___ Yi addu'a a koyaushe a cikin Ruhu.

5. *Kada masu bi su karaya ko kaɗan, amma a koyaushe su ƙarfafa su riƙa ƙarfafa juna cikin bangaskiyarsu a cikin gwaji.* Karanta Yahuza 20-25 sannan ka cika wurin da aka ja layi da amsarka.

a. Yahuza ya ce mu___________ a cikin bangaskiyarmu mu kuma yi addu'a__________ a lokacin da muke jiran jinƙan Ubangiji da ke kai ga rai madauwami.

b. __________, jira domin jinƙan Ubangijinmu Yesu Kristi da ke kai ga rai madauwami.

6. *Idan muka yi shuka ga Ruhu muka kuma jimre, za mu iya yin girbi mai kyau, amma fa sai in ba mu karaya ba.* Karanta Galatiyawa 6:7-10. Ka cika wurin da aka bari domin amsa.

   a. Ba a yi ma Allah ba'a, gama duk abinda mutum ya ______ shi zai __________

   b. Kada ka gaji da kyautatawa, gama idan lokaci ya yi za a yi girbi, idan _________

7. *Idan burin shi ne na mu yi rayuwar da za ta gamshi Kristi, to fa ba makawa sai mun jimre tsanani, amma Allah zai ƙarfafa mu idan muka kasance cikin Maganarsa.* Karanta 2 Timoti 3:10-17, sannan ka lisafta abubuwan da suke gaskiya game da waɗanda suke dogara ga Kristi a lokacin wahala.

   a.

   b.

   c.

8. *A matsayinmu na almajiran Yesu, dole mu koyi jure ma wahala kamar soja, ko mai wasan gudun tsere, da manomi.* Karanta 2 Tim. 2:1-8. Ka haɗa abubuwan da aka ce da bayanin da aka bayas. Ta yaya waɗannan hotuna suke taimakonmu mu gane da kyau yadda rayuwar Krista ta ke?

a. Abinda kuke ji na faɗa	___ Nasara domin bin dokokin wasan
b. Tare cikin wahalarsa	___ A danƙa wa amintattun mutane waɗanda za su koya wa wasu
c. Gasa a cikin wasannin	___ Ya fara cin amfanin gonar.
d. Manomi mai ƙoƙari	___ A matsayin sojan Kristi mai aminci.
e. Tuna da Yesu Kristi	___ Daga zuriyar Dauda.

9. *Kada mu karaya lokacin da muke daurewa da gwaji, amma mu maida shi cikakken abin farin ciki, sanin cewa Allah zai yi amfani da su domin ya ƙarfafa mu; zai ba mu hikima ta samun nasara da duk abinda muke fuskanta.* Karanta Yakubu 1:2-8, ka amsa waɗannan tambayoyin:

   a. Me za mu yi a lokacin da muka gamu da gwaje-gwaje iri-iri? (aya2).

   b. Me zai faru sa'adda jimiri ya yi cikakken aikinsa? (aya 4)

   c. A sa'ad da muka rasa hikima lokacin gwaje-gwaje da yamutsi, me Allah ya shawarce mu da mu yi? (aya 5-8).

A Taƙaice

A matsayin masu yaƙi mai kyau na bangaskiya an kiraye mu mu jimre, mu nace har zuwa ƙarshe. Nacewa ita ce tsayawa a cikin wani abu, ka daure a ciki, ba za ka ɓoye ko ka gudu daga wurin abin ba. A matsayinmu na Krista masu bauta ma Kristi a cikin duniya mai faɗa kamar barkono, koyaushe muna fuskantar jarabobin da ke tattare da yadda duniya ke sarrafa abubuwanta, da yadda mutuntaka ta ke ji mana, da ruɗin magabci, Shaiɗan. Muna cikin matsi, muna fuskantar matsaloli, ba a fahimtarmu. A cikin waɗannan gwaje gwaje, dole mu maida su duka abin farin ciki a lokacin da muke daurewa da su, sanin cewa Ubangiji zai yi amfani da su domin ya hora mu mu koyi jira muna zuba ido gare shi, muna kuma dogara kan alkawarinsa.

Jimrewa shi ne zama mai taurin kai a cikin bangaskiyarmu, amma ya zama tare da tsarki da gaba gaɗi. Yawancin lokaci ba ma samun ɗan haske game da dalilin gwaje-gwajen da muke sha, amma duk da haka dai muna dogara ga Allah. Mu dage, kada mu bar wani abu da muka yi karo da shi ya sa mu karaya ko ya raunana mu har ya sa mu juya ma Ubangiji baya. Daurewa shi ne dogara ga ikon Allah da tanadin da ya yi wanda zai sa mu iya yin aminci a duk abinda muka miƙa kai za mu yi ma Ubangiji. A lokacin da muke kutsawa cikin gwaje-gwaje, za mu zama da gaba-gaɗin cewa Allah zai biya mana dukan bukatunmu – ta wurin addu'a a cikin Ruhu Mai Tsarki, da kuma ta wurin ƙarfafawa daga Maganar Allah. Lokacin da ka gama wannan kos, za ka san cewa wannan farawa ce kawai. A koyaushe yakan zama an yi saurin fita, an yi saurin miƙa kai. A tsaya daram kan baka, a kuma zuba ido ga Allah zai biya bukatunka.

Apendis

Apendis da za ka bincika ka yi tunani akansu da suka shafi wannan darasi sune waɗannan:

Tozo. (Ap. na 15)
Dacewa domin Wakilci: Yaɗuwar Almajiran Mulkin Allah (Ap. na 20)
Ka'idodin Sabon Alkawari:Rayuwa Cikin Yanayin Mulkin Allah Da aka Juya Bisa ta koma Kasa (Ap. na 21)

Bari Allah Ya Tashi! Abubuwa Bakwai na Neman Ubangiji da Tagomashinsa. (Ap. na 23)

> Abinda muka gano yanzu, tare da hazaƙa da ganewa shi ne ita wannan ka'idar irin ta ilimin kimiya da ta masu wasan tsalle-tsalle da guje-guje da waƙa, ita ce ake iya gani ake kuma yin amfani da ita a ɓangaren addini. Muddin an haɗa ta domin ta ce akwai yanci cikakke a irin waɗannan sha'anin, da ake ganinsu a wurin waɗanda dokokin ne ke masu aiki, amma irin waɗannan yanzu sun zama tsohon yayi. Ba mu da abin yi sai dai mu ga cewa su waɗanda suke da dokokin da suke bi kamar suna da sauran iko dominsu... Mun fara ganin gaskiya mai ban mamaki cewa Krista waɗanda aka dabaibaye ne, yana yafe da sarƙarkiyar Kristi, ya kuma ƙi 'yancin da ba 'yanci ba ne. Muna ganin sabbin al'amura a koyarwar Kristanci inda, hanyar da ke kai ga hallaka mai faɗi ce, amma hanyar da ke kai ga rai na har abada tsuntsunta ce. Yanzu mun sani cewa, Krista ba wanda yake so ya yi yadda yake so ba ne amma maimakon haka, wanda ya ke nema ya daɗaɗa wa Ubangiji ne.
>
> ~ Elton Trueblood. *The Yoke of Christ.* Waco, TX: Word Books Publisher, 1958, pp. 130-131.

Kwayar Magana

Ka riƙe amana ko da za a kashe ka, ni kuwa zan ba ka kambin rai. (Wahayin Yahaya 2:10)

Abinda Za a Bincika

Karanta ka kuma yi bimbini akan waɗannan abubuwa da abinda suke magana akansu, sannan ka ba da amsoshi da haske akan matakan da suka ɗauka, bisa ga nassin da ka bincika a sama.

1. **"Ina ji kamar na zama ƙarfe irin na tayar mota mai juyawa – Ina sama ina ƙasa, ina sama ina ƙasa."** Matashin da ya karɓi Ubangiji Yesu 'yan watanni da suka wuce, ya nuna damuwarsa game da rigingimu da matsalolin da yake fuskanta. Ya fara gamuwa da damuwa da abokai a gida, da rashin jituwa a wurin aiki, da matsi koyaushe daga jarabobi irin wanda bai taɓa gani ba. Waɗannan abubuwa da suke ta zagayo mashi suka fara karayad da wannan matashin sojan Kristi, ya fara tunani ko da gaske ya karɓi Kristi ta "hanyar da ke daidai?" Saboda ya shiga fama da abubuwa iri-iri da yawa, ya yi tunanin cewa "Ina ji kamar na zama ƙarfe irin na tayar mota mai juyawa. A yanzu haka hankalina ba a kwance yake ba. Ina tunani ko ina yin wani abu da ba daidai ba ne. Krista da yawa da na sani ba sa fama da irin waɗannan abubuwa kamar ni a yanzu haka". Bisa ga hasken da ka samu daga ayoyin da ka bincika yanzu wace

shawara za ka ba wannan sabon Kristan game da yanayin da ya ke ciki kuma me zai yi game da al'amarin?

2. **"Ban ga yadda zan iya rayuwa ba tare da mutanen Allah kusa ba! Sun sa rayuwata ta inganta."** Wani ɗan kyakkyawan ɗan'uwa a cikin Kristi ya ƙarbi Yesu a lokacin da yake gidan yari. Ana sakinsa daga kurkuku sai ya miƙa kai ga Iklisiyar da ke kusa da shi. Koyaushe yana tare da masu bi na wannan Iklisiya, yana sujada da binciken Maganar Allah, kuma ya sami abokai da sauri. Ya ba da kai cikin duk ayyuka na yaɗa bishara da Iklisiya ta ke yi, ya kan kuma nemi shawarar Pastor akan abubuwan da ya ke fuskanta a rayuwa. Cikin shekaru da yawa sai wannan Iklisiya ta zama mashi gida kamar ace gida wajen dangi. Ya riƙa tunawa da yadda Allah ya yi amfani da Pasto da sauran masu bi a Iklisiya domin gina rayuwarsa. Ya ce, "Ban ga yadda zan iya rayuwa ba, in da ba tare da taimakon mutanen Allah ba! Sun sa rayuwata ta inganta. Da goyon baya, da ƙauna, da shawarar da na samu su ne dalilan da suka sa ina bauta wa Ubangiji a yau." Ta yaya wannan misali ko labari ya taimake mu gane amfanin wasu masu bi a cikin jimrewarmu a cikin bangaskiya?

3. **"Yaushe abubuwa za su fara canzawa? Ina ta fama da wannan gwajin tun da daɗewa. Kai, abun kamar akwai dogon jira"** Wani lokaci rayuwar Krista akwai ban sha'awa, ga sabbin darusa da nasarori na shiga daidai, suna sa muna ganin abubuwan ban mamaki da murna. Wani lokaci kuma, sai abubuwa su zama ba sauri da kuma wahala, cike da matsaloli da gwaje-gwaje na tsawon lokaci; ba tare da alamar sauƙi ba. Wannan na iya sa masu bi su yi saurin karaya bayan shan zafin abin, misali wahala ta doguwar jinya, ko rasuwar wani ƙaunatacce, ko fama da yawan faɗuwa ta dalilin rinjayen al'amuran jiki. Ɗaya daga cikin muhimman darussan da mai bi yake bukata domin ya balaga shi ne koyon jiran Ubangiji Allah a lokacin doguwar gwagwarmaya. Muna bukatar alherin Allah domin mu iya wucewa cikin nasara da gwaji bayan daurewa.

Wannnan shi ya sa horo a rayuwar Krista na da muhimmanci sosai. Ba tare da damuwa akan yadda muke ji ko yadda abubuwa ke tafiya ba, muna bukata mu jimre a cikin addu'a, da zumunta da masu bin Kristi a majami'unmu, a cikin Maganar Allah, da kuma cikin tafiya da Ubangiji. Me ya sa ya zama da muhimmanci kada ko da wasa mu bar abubuwan da muke jinsu a rai su zama masu gaya mana abinda za mu yi na ƙarshe a cikin dauriyarmu akan gwaji? Me ya sa ya zama da hatsari idan muka bar yadda muke ji a rai da yadda muke ɗaukar al'amura su zama masu gaya mana yadda za mu bi Kristi, ko a cikin horaswa, ko a cikin tafiyarmu da sauran Krista a cikin zumunta?

Hadin

A gaskiya, ka'ida ta girma a cikin Kristi ita ce koyon jimrewa, da tsayawa a faɗake, kada a same mu ba shiri. Dole mu kutsa, mu ci gaba domin samun ladar, komin wahala. Amma ba ma yi mu kaɗai. Muna da wuraren da muke zuwa domin samun ƙarfi saboda mu tsaya kan gaskiya bisa ga kiran da aka yi mana a lokacin da muke jimrewa a cikin yaƙi mai kyau da muke yi na bangaskiya. Ruhun Allah yana ƙarfafa mu – yana zaune a cikin mu koyaushe, yana aiki ta wurin wasu masu bi da ke da baiwa domin su ƙarfafa mu, da iza mu a lokacin bukata. Kowane Krista da ke girma yana ɗaure da matsi da gwagwarmaya, da gwaje-gwaje daga ciki da waje, amma dole ka koyi jimrewa. Ka duba ka ga yaya yawan lokaci da yawan addu'arka yake, yaya yawan lokacin da ka ke keɓewa a cikin Maganar Allah, da sanya kanka da ka ke yi a cikin Iklisiyarka. Waɗanne abubuwa ne Ruhu Mai Tsarki yake so ka yi domin ka ƙara iya jimrewa a cikin halin da ka ke ciki? Ka zaɓi abu ɗaya ko biyu, ka miƙa su ga Ubangiji, ka kuma fara yau, cikin ikon Ubangiji, za ka daure gwaje-gwajenka. Ka tuna ba kai kaɗai ba ne, ba a kuma ƙyale ka ba; dukan almajirai suna koyon jimrewa (2 Tim 3:12), kuma Ubangiji ba zai taɓa barinka, ko ya ƙyale ka ba (Zab. 27:1-3). Ta wurin Ubangiji da ƙarfinsa, za ka jimre ma duka gwaje-gwajen, ka kuma zama mai girmama Kristi a cikin dukan abu.

> Yawancin halin da muke samun kanmu na zaman ɗar-ɗar saboda yin shekaru da dama ana zaman yin abinda aka so ne. Ba ina magana akan mashaya ko 'yan 'yanci ba, amma ina nufin natsattsun Krista waɗanda watakila taɓa da giya abin tsoro ne a garesu balle a ce maganar lalata. Amma duk da haka ba su da horo, kuma ana ganin ainihin rashin ƙarfinsu a lokacin gwaji ko in wahala ta zo. An saba rayuwar kauce ma wahala, ko kauce ma mutanen da ba a yi kama da su ba, ko neman hanya mai sauƙi, ko dena abinda ake yi in an ga damuwa a gaba har a riƙa sabawa da wasu abubuwa, da ganin gazawa. Kila a karanta litattafai da yawa, a ga likitoci da masu wa'azi da yawa, addu'a kuma ba ta ƙirguwa, da alkawura na miƙa kai da aka yi duk don a sami yar dama-dama; kwatancin marar lafiyar da ya gaji da shan magunguna, shawarwari sun ishe shi, an kashe kuɗi kan jinya, da gajiya da jin zancen ruhaniya, da duban Ubangiji da ake ji ana yi, duk da haka ana nan zaune gaban ainihin damuwar: rashin ɗa'a. Ainihin maganin shi ne mutum ya zama mai ɗa'a.
>
> ~ Richard Shelly Taylor.
> *The Disciplined Life: Studies in the Fine Art of Christian Discipleship.*
> Kansas City, MO: Beacon Hill Press, 1962, p. 1-11.

Tabbaci

Duk da adawar da nake fuskanta, an bani iko a cikin Ruhu Mai Tsarki na zama a faɗake a dukan lokaci, ina jimrewa har ƙarshe, ina kuma taimaka wa masu bi su ma su yi haka.

Addu'a

John Wesley (1703 – 1791), na ɗaya daga cikin yaran da aka haifa ma Samuel da Susana Wesley (wadda sananniyar jigo ce na bangaskiya ita kanta). A matashinsa ɗan koleji, shi da abokansa suka haɗu tare domin ƙarfafa juna domin yin rayuwa mai tsarki, har wasu suka fara kiransu "Methodists" domin yadda sukan bi abu daki daki. A matsayin mai wa'azin bishara da ba ya gajiya da kuma mai iya shirye-shirye, wanda ya maida hankalinsa ga mutanen karkara na Ingila (England), masana tarihi suka yaba mashi saboda cetar da ƙasar da ya yi daga shirin da aka yi na kawo canji wadda da za a zubar da jini ba kaɗan ba. Abinda ya yi ya taɓi jama'a har bayan mutuwarsa, ta inda masu wa'azi 'yan Methodist suka kutsa da bishara cikin Amirka ke nan.

Addu'ar Alkawari ta Wesley.

Ni ba na kaina ba ne kuma, amma naka ne.
Ka sanya ni a inda ka so, ka kwatanta ni da wanda ka so.
Ka sa ni jin daɗi, ka sa ni ga shan wahala.
Bari in zama ma'aikaci dominka, ko a ajiye ni a gefe dominka, a ɗaukaka ni dominka, a ƙasƙantar da ni dominka,
Bari in cika, bari in zama ba komi a cikina.
Bari in sami dukan abu, bari in zama ba ni da komi.
Da hannu sake da zuciya ɗaya ina miƙa dukan abu domin jin daɗinka da yadda ka ke so.
Yanzu kuma, ya Maɗaukaki kuma Allah Uba, da Ɗa, da Ruhu Mai Tsarki,
Kai nawa ne, ni kuma naka ne.
Bari ya zama haka.
Kuma wannan alkawari da na yi a duniya, bari a tabbatar da shi a sama.
Amin.

~ kamar yadda ake amfani da shi cikin *Book of Offices of the British Methodist Church, 1936.*

Kuka daga Zuciya Zuwa Ga Ubangiji

Allah wanda ke cikin sama, Uba na Ubangijina Yesu Kristi, na ba da gaskiya gareka a matsayin Allahna da Mai Cetona. Ka ba ni rai madauwami a cikin sunanshi, kuma muradina shi ne yanzu in yi rayuwar Kristi irin wadda ya yi, in zama da aminci da gaskiya a gareka da Bishararka da dokokinka. Ka yi mani taimako, ka ba ni alherin da Ruhu Mai Tsarki ne kawai zai iya bayarwa, yadda ta wurin Maganarka, ta wurin addu'a, ta wurin zumunta da wasu almajirai a yin sujada da ɗaukar tuni (cin jibi) da kuma manne maka in zo in kuma zama mai cikakkiyar rayuwar da ka ba ni. Ka taimake ni don kada ko da wasa in yi saki, amma a koyaushe in riƙa cikin addu'a in kuma dogara ga ƙarfinka, in riƙa neman nufinka da dukan zuciyata, domin ka sami ɗaukaka, mulkinka kuma ya zo a inda nake zama da aiki. Ina ƙaunarKa, ya Uba. Ka taimake ni in jimre. A cikin sunan Yesu, na yi addu'a, amin.

Domin Karin Bincike

*A **www.tumi.org/sacredroots**, muna da sashen da yake domin ƙarin rubutaccen bayani da bidiyo.*

Don L. Davis. *A Compelling Testimony*, Wichita, KS: The Urban Ministy Institute, 2012. Wannan littafin yana samuwa a *www.tumistore.org*

Haddacewa

1 Timoti 6:12

Aikin Da Za a Yi A Gida

1. Ka lisafta duk gwagwarmayar da ka yi, da gwaje-gwaje da matsalolin da ka ke fuskanta yanzu, ka kuma miƙa kowanne ga Allah. Ka roƙi Ubangiji ya ba ka hikima akan yadda za ka yi da kowannensu, ka kuma nemi shawara daga wurin Pastonka ko wani natsattsen malami ta yadda Allah zai sami ɗaukaka a cikin kowane al'amari.
2. Wata hanya ɗaya ta girma cikin ƙwarewa a yin yaƙi mai kyau na bangaskiya ita ce koyon keɓewa. Dole mu koyi sauraron Allah shiru a kaɗaice. Ka ɗauki minti biyar ka yi shiru ka saurari Ubangiji. Kada ka yi karatu ko magana, ka saurara kawai.
3. Ka roƙi wani abokinka Krista ya tayaka wannan aikin: a cikin kwana shidda na gaba, sai ka gwada ɗan ƙara lokacin zama a keɓe a hankali ko wace rana, har za ka iya ci gaba da keɓewa na tsawon sa'a ɗaya ko wace rana nan gaba.

Apendis

Apendis na 1

Ga Ta, Ga Ta Nan

Al'amarin Da Ya Faru A Duniya Yadda Littafi Mai Tsarki Ya Bayyana

Rev. Dr. Don L. Davis

Ubangijinmu Allah ne har abada zuwa har abada.
A cikin sirrin da bai kwatantuwa domin yana nan tun kafin kafuwar lokaci, Allah, uku cikin ɗaya zaune cikin abubuwan ɗaukakarsa na Uba, da Ɗa, da Ruhu Mai Tsarki, "NI NE", yana nuna madauwaman halayensa na dangantaka, marar bukatar komi, wanda tsarkinsa, murnarsa da kyaunsa ba su da iyaka. Bisa ga madauwamin nufinsa, da shirinsa da ya fitar cikin ƙauna ta yin duniya da ya yi inda zai baiyana alatunsa, inda kuma duniya za ta zama wurin da ɗaukakarsa za ta kasance, kuma inda mutane da ya yi cikin kamanninsa za su zauna, suna zumunta da shi suna jin dadin tarayya da shi kanshi a cikin dangantaka, duk domin ɗaukakarsa.

Shi, a matsayin Allah Maɗaukaki, ya yi duniya wadda daga baya ta yi gāba da mulkinsa
Saboda rinjaye, da sha'awa, da haɗama, da faɗin rai (girman kai), mutane na farko (Adamu da Hauwa'u) suka yi adawa da nufin Allah. Shaiɗan ya ruɗe su, wanda cikin wautarsa ya nemi ya hamɓare Allah daga kan kujerarsa wanda yin haka ya sa mala'iku masu yawa su ma suka zama 'yan adawa gaba da nufin Allah a samaniya. Ta wurin rashin biyayyar Adamu da Hauwa'u suka ja kansu da magadansu cikin baƙin ciki da mutuwa, kuma tawayensu ne ya shigar da halitta cikin yamutsi, da wahala da shaiɗanci. Ta wurin zunubi da tawaye, ɗayantuwa tsakanin Allah da halitta ya lalace, yanzu kuma duk abubuwa suna fama da sakamakon wannan babbar faɗuwa – baƙuntaka, da rabuwa da hallaka suka zama su ne abinda dukan abubuwa suke fuskanta. Ba mala'ika, ko mutum, ko halitta da za ta iya yin maganin wannan uku da aka shiga, kuma in ba tare da Allah ya sa hannu ba, duk duniya, da dukan halitta za su ɓace.

Duk da haka, cikin jinƙai da kirki saboda ƙauna, Ubangiji Allah ya yi alkawarin aika Mai Ceto ya ceci halittarsa.
A cikin maɗaukakkiyar ƙauna ta alkawari, Allah ya ƙudura ya magance abinda wannan tawaye ya jawo ma duniya ta wajen aika Zakara, tilon Ɗansa, wanda zai ɗauki jikin mai faɗuwa, ya amince kuma ya kawas da abinda ya shiga tsakani da Allah, ya kuma sha wahala a madaɗin duk 'yan adam saboda zunubi da rashin biyayya. Saboda haka ta wurin alkawartaccen amincinsa, Allah ya zama sai da ya sa hannu kai tsaye a cikin tarihin ɗan adam don ya cece shi. Ubangiji Allah ya sauka domin ya yi sha'ani da halittarsa, ya maida ita inda ta ke, ya kauda mugu sau ɗaya ba ƙari, ya samar da mutane waɗanda daga cikinsu Zakaransa zai fito domin ya sake kafa Mulkinsa a cikin wannan duniya kuma.

Don haka, ya tada al'umma wadda ta cikinsu Gwamna (Mai mulki) zai zo.
Saboda haka, ta wurin Nuhu ya ceci duniya daga muguntarta, ta wurin Ibrahim ya zaɓi zuriya wadda daga cikinta tsatso zai fito. Ta wurin Ishaku, ya ci gaba cikin alkawarin da ya yi ma Ibrahim, kuma ta wurin Yakubu (Isra'ila) ya kafa ƙasarsa, ya fitar da kabila wadda ta cikinta zai zo(Yahuda). Ta wurin Musa, ya kuɓutar da nashi daga bauta da danniya, ya ba su dokoki na alkawari, kuma ta wurin Joshua, ya kawo mutanensa cikin ƙasar alkawari. Ta wurin alkalai da shugabanne ya bi da al'ummarsa, kuma ta wurin Dauda, ya alkawarta kawo Sarki daga zuriyarsa wanda zai yi mulki har abada. Duk da alkawarin da ya yi, mutanen shi sun kasa kiyaye nasu hakki ba sau ɗaya ba ba sau biyu ba. Taurin kansu da ƙin Ubangiji da suka riƙa yi, a ƙarshe ya kai su samun hukunci, aka shiga ƙasarsu, aka juya mulki, aka shigar da su bauta. Saboda jinƙai, Allah ya tuna da alkawarinsa har ya bar sauran da suka rage suka dawo daga bauta – domin alkawarin da labarin ba su gama haɗuwa ba.

Wanda, a matsayin Zakara, ya sauko daga sama, a cikar lokaci, kuma ya ci nasara ta kan Giciye.
Wasu shekaru ɗari huɗu na zaman shiru suka wakana. Duk da haka, a cikar lokaci, Allah ya cika alkawarinsa ta wurin shiga duniyar mugunta, da shan wahala, da wariya ta wurin zama mutum. A cikin Yesu Banazare, Allah ya sauko daga sama ya kuma zauna a cikinmu, yana bayyana ɗaukakar Uba, ya cika sharuɗɗan da Allah ya ke so da nuna ikon Mulkin Allah a cikin maganarsa, da ayyukansa da fitar da aljannu da ya yi. A kan Giciye ya ɗauki tawayenmu, ya kauda mutuwa, ya kada mugu, ya kuma tashi daga matattu a rana ta uku domin ya ribato halitta daga Faɗuwar da ta yi, ya kawo ƙarshen ɓarnar zunubi, da cututtuka, da yaƙi, kana ya ba da rai marar ƙarewa ga duk mutanen da suka rungumi cetonsa.

Kuma, ba da daɗewa ba zai dawo wannan duniya ya maida komi sabo.
Ya tafi Sama, zaune a hannun dama na Allah, Ubangiji Yesu Kristi ya aiko da Ruhu Mai Tsarki cikin duniya, yana haɗa sabuwar zuriya wadda ta ƙunshi Yahudawa da Al'ummai, wato Iklisiya. A ƙarƙashin shugabancinshi aka danƙa wa Iklisiya aikin shaida da baki da ayyukansu bisharar sulhuntawa ga dukan halitta. Bayan da suka gama aikin da aka ba su, zai komo cikin ɗaukaka ya ƙarasa aikinsa domin halitta da dukan halitattu. Ba da daɗewa ba, zai kada zunubi, da mugunta, da mutuwa, da ikon La'ana, ya murƙushe su har abada. Zai maida dukan halitta ƙarƙashin ainihin mulki na gaskiya, ya sabunta dukan abubuwa a sabuwar sama da sabuwar duniya, inda masu rai da dukan halitta za su ji daɗin salamar Allah Ɗa, da Uba, da Ruhu Mai Tsarki har abada, domin ɗaukaka da girmansa shi kaɗai.

Haka cetattu za su yi rayuwa cikin farin ciki har abada...

Ƙarshe.

Apendis na 2

Labarin Da Allah Ya Ke Bayarwa

Rev. Don Allsman

Kan Maganar Surar	Surar A Takaice	Ayar Kan Magana
Juyin Mulki da aka gwada (Kafin lokaci) Farawa 1:1a	Allah na nan cikin zumunta mai kyau kafin halitta. Shaiɗan da magoya bayansa suka yi tawaye suka kawo kasancewar mugunta.	A cikin farko akwai kalma, Kalmar nan kuma tare da Allah ta ke, Kalmar nan Allah ne. Shi tun fil azal ya ke tare da Allah. Dukan abubuwa sun kasance ta gare shi ne, ba kuma abin da ya kasance na abubuwan da suka kasance, sai ta game da shi. (Yah. 1:1-3)
Tawaye (Halitta da Faɗuwa) Farawa 1:1b-3:13	Allah ya halicci mutum cikin kamanninsa, wanda ya haɗa kai da Shaiɗan ta yin tawaye.	To, kamar yadda zunubi ya shigo duniya ta dalilin mutum ɗaya, zunubin kuma shi ya jawo mutuwa, ta haka mutuwa ta zama gado ga kowa, don kowa ya yi zunubi. (Rom. 5:12)
Shiri domin Kutsawa (Shiga Kakanni, Sarakuna da Annabawa) Farawa 3:14 – Malachi	Allah ya nace ya keɓe mutane domin kanshi, waɗanda daga cikinsu aka sami Sarki domin ya tsirar da mutane, haɗe da al'ummai. An ɗan fid da shirin yakinsa a nan gaba.	Su ne Israilawa. Da zama 'ya'yan Allah, da ganin ɗaukakarsa, da alkawaran nan, da baiwar Shari'a, da ibada, da kuma sauran alkawarai, duk nasu ne. Kakannin kakannin nan kuma nasu ne, Almasihu kuma, ta wurin zamansa mutum, na kabilarsu ne. Yabo ya tabbata ga Allah har abada, shi da ke bisa kome. Amin. (Rom. 9: 4-5)
Nasara da Ceto (Zama mutum, Jarabobi, Mu'ujizai, Tashi daga matattu) Matiyu – Ayyukan Manzanni 1.11	Mai Ceto ya zo ya gama da magabcinshi, bugu ɗaya ba ƙari.	Dalilin baiyanuwar Ɗan Allah shi ne domin ya rushe aikin Iblis. (1 Yah. 3:8b)
Sojoji Sun yi Gaba (Iklisiya). Ayyu. Man. 1-12 Wah. Yah. 3)	Mai Ceto ya bayyana shirinsa na mutanen da ya danka ma aikin ƙwato mallakarsa a hankali daga wurin magabci a yayin da suke jin daɗin somitaɓi na Mulkinsa da ke zuwa.	An yi wannan ne kuwa domin a yanzu a sanar da hikimar mala'iku da masu iko a samaniya ta hanyar Iklisiya. Wannan kuwa bisa ga dauwamammen nufin nan ne da Allah ya zartas cikin Almasihu Yesu Ubangijinmu. (Afisawa 3:10 -11)
Rikici na Karshe (Zuwa na Biyu) Wahayin Yahaya 4-22	Mai Ceto ya dawo domin ya gama da magabci, ya yi bukin anganci, da maye gurbinsa akan kursiyi.	Sa'an nan sai ƙarshen, sa'ad da zai mayar wa Allah Uba mulki, bayan ya shafe dukan sarauta da mulki da iko. Domin kuwa lalle ne ya yi mulki har ya take dukan maƙiyansa. Magabciyar ƙarshe da za a shafe, ita ce mutuwa. (1 Kor. 15:24-26)
Yaƙi tsakanin Mulkoki	Abin da ya cika ko'ina a labarin Littafi Mai Tsarki shi ne yaƙi.	Mulkin duniya ya zama mulkin Ubangiji da na Almasihunsa. Shi kuma zai yi mulki har abada abadin. (Wahayin Yahaya 11:15b)

Duniya ce inda miyagun abubuwa suka faru, haka ma abubuwan ban mamaki. Duniya ce inda ake maye kirki da mugunta, ƙiyayya na maye ƙauna, yamutsi na maye ka'ida, inda gwagwarmaya ta sa ba da sauƙi za ka zama da tabbacin waye ba waye ba, ko wane gefe mutum yake ba saboda yadda ake baiyana na iya ruɗarwa. Duk da wannan ruɗamin da haukan, duniya ita ce inda yaƙin zai ci gaba domin kawo kyaun abubuwa, wanda ya rayu cikin murna daga nan har abada, da kuma inda a ƙarshe kowa da kowa, mai kyau da mugu duk za a sanu da sunayensu na ainihi.

Frederick Buchner. *Telling theTruth.*

Apendis na 3

Yadda Za A Fara Karanta Littafi Mai Tsarki

Rev. Don Allsman da Rev. Dr. L. Davis

1. Ka karanta kowane sashe, da kowane nassi, da ma kowane littafi ko litattafai dangane da abinda labarin Littafi Mai Tsarki gaba ɗaya ya ƙunsa. Ta yaya ya yi daidai da shirin Allah na ceto da jawo duk abinda ya ɓata tun daga Faɗuwa?

2. Kula da yanayin. Ka sa kanka a irin yanayin, tare da kulawa da abubuwan da ke kewaye, abinda ake gani, da ƙanshi ko wari da ake ji da hanci. Ka yi tunani akan yadda abin yake a da.

3. Mai da hankali ga dokoki, da jan kunne, da umurnai, da abubuwan ingizawa da suka gyara yadda ka ke rayuwa da tunani domin ka iya neman Mulkinsa da fari.

Hanyoyi Na Karanta Littafi Mai Tsarki Gaba Ɗaya

Shirin Karanta Littafi Mai Tsarki na 1: Daga Farawa zuwa Wahayin Yahaya.

1. Ka fara da karanta littafin Yahaya gaba ɗaya. Wannan zai ba ka labarin rayuwar Yesu a taƙaice ya kuma taimake ka samun tushen wasu abubuwa a lokacin da ka ke karanta sauran Littafi Mai Tsarki.

2. Ka koma Farawa sura 1 daga nan ka ci gaba da karatu kai tsaye gaba ɗaya na Littafi Mai Tsarki.

3. Kada neman cikakken bayani ya riƙe ka, amma ka karanta Littafi Mai Tsarki gaba ɗaya domin ka more duk abubuwa masu amfani iri-iri da ke cikinsa. Ka rubuta tambayoyin da ka ke da su game da kalmomin da ba ka gane ba ko abubuwan da ba a warware suke a gare ka ba domin ka tambayi wani ko kai da kanka ka duba su daga baya.

Shirin Karanta Littafi Mai Tsarki lamba ta 2: Bisa ga yadda aka jera Littattafan.
(www.tumistone.org)
Za ka iya karanta Littafi Mai Tsarki gaba ɗaya kowace shekara, kana karanta Littattafan kan ka'idar da Krista masana suka ba da gaskiya cewa jerin da aka bi aka rubuta Littattafan ke nan.

Masu bi da yawa sun karance Littafi Mai Tsarki kowace shekara yadda suke "a jere", domin neman ƙara fahimtar Labarin Allah kamar yadda ya faru a cikin tarihi.

Za ka iya samun jagora na wannan tsari daga *www.tumistore.org*. Wannan irin jeri mai sauƙi na littattafan zai ba ka dama ta karanta labarin Littafi Mai Tsarki bisa ga yadda abubuwan suka faru. Wannan zai ba ka haske na kasancewar Littafi Mai Tsarki a matsayin kwaikwayo mai fitar da shirin Allah, kuma za ka san cewa ba kawai littattafan ne da ba su da haɗi da juna ba. Kuma zai taimake ka karance Littafi Mai Tsarki kowace shekara domin ka tsaya daram kan bakanka dangane da gaskiyar ƙwayar magana da kan maganar Nassoshi: wato ceton Allah a cikin Yesu Kristi Banazare.

Wannan jagoran zai ba ka haske akan abubuwan da suka faru na Nassi, su kuma taimake ka ƙara gane ma'anar labarin gaba ɗaya na ceton Allah da alheri, wanda ake samu duk a cikin abubuwan da Yesu ya yi; ta wurin mutuwarsa, da binnewarsa, da tashinsa daga matattu, da tashinsa zuwa sama har da dawowarsa da ake jira.

Apendis na 4

Yesu Banazare: Kasancewar Nan Gaba.

Rev. Dr. Don L. Davis

Apendis na 5

Labarin Allah: Asalinmu Mai Tsarki

Rev. Dr. Don L. Davis

Allah ne Farko shi ne kuma Karshe	Kristi Mai Nasara	Zo, Ruhu Mai Tsarki	Maganarka Gaskiya Ce	Babban Furuci	Ransa a Cikinmu	Rayuwa a kan Hanya	Maye Haihuwa domin Hidima
Ubangiji Allah shi ne tushen komi, mai biyan bukata, kuma shi ne karshen dukan abu a sama da kasa. Daga gare shi ne, ta wurinsa kuma, dukan abubuwa suke domin su kawo daukaka ga Allah Uba, da Ɗa, da Ruhu Mai Tsarki. Romawa 11:36							
BAYYANAR ALLAH ƊAYA CIKIN UKU. **Bayyana Kai da Allah ya yi a cikin Halitta, da Isra'ila, da Kristi.**				**SA HANNUN IKLISIYA A CIKIN BAYYANUWAR DA ALLAH YA SHIRYA** **Yin Na'am da Shaidar Manzanni Game da Kristi da Mulkinsa.**			
Manufar Harsashin: Maɗaukakkiyar Kaunar Allah ***Bayanin Aikin Ceton Allah a Cikin Kristi***				Abin da ya zama na yi: Ceto ta wurin Alheri saboda Bangaskiya. ***Murnar Cetattu saboda Aikin Ceto da Allah ya yi cikin Kristi.***			
Marubucin Labarin.	Zakaran Labarin	Mai Fasarar Labarin	Shaidar Labarin	Mutanen Labarin	Sake Kirkiro Labarin	Haɗawar Labarin	Ci Gaban Labarin
Uba a Matsayin **Darekta**	Yesu a matsayin **Jagora**	Ruhu a matsayin **Mai Ba Da Labari**	Littafi Mai Tsarki a matsayin **Labarin a Rubuce**	Tsarkaka, **Masu Furci**	Masu Sujada, **Masu Hidima**	Masu Bi, **Matafiya**	Masu Hidima, **Jakadu**
Ra'ayin Krista	**Zamantakewa**	**Rayuwa ta fuskar Ruhaniya**	**Iko daga Littafi Mai Tsarki**	**Tauhidin 'yan Rikau**	**Sujada irin ta Firistoci**	**Almajiranci na Jama'a duka**	**Masu Shaidar Mulki**
Ganin Allah ɗaya da Kamanni Uku	Harsashi a kan Kristi	Cika da Ruhu Mai Tsarki, da cikarsa a cikin Jama'a	Shaida irin ta Littafi da ta Manzanni	Tabbacin Bangaskiyar Krista na asali.	Taruwar mako-mako na Masu Bi	Zama da tafiya tare ta Ruhaniya	Rayayyun Wakilai na Mulkin Allah.
Ɗaukaka Yarda	Almasihu Wakilci	Ta'aziya daga Sama	Shaida ta dalilin izawa	Maida labari cikin gaskiya	Nasara cike da murna	Zama cike da bangaskiya	Bege mai izawa
Mahalicci Wanda da gaske shi ne ya halicci sama da kasa	**Maimaici** Kamanni da Cikawar Alkawari	**Mai ba da Rai** Maye Haifuwa da Ɗaukar Riko	**Izawa ta Ruhun Allah** Hurarriyar Maganar Allah	**Shaidar Bangaskiya** Ɗayantuwa da Kristi	**Waka da Buki** Nanatawa na Tarihi	**Aikin Pastoci** Kiyayewar Garke	**Bayyanannen Ɗayantuwa** Nuna Kauna gaTsarkaka
Mai Abu Madauwami, Mai Sarrafa Halitta	**Mai Baiyana komi** Kalma ta zama Mutum	**Malami** Mai fitar da Gaskiya	**Tsarkakakken Tarihi** Rubutaccen Tarihi	**Baptisma zuwa cikin Almasihu** Zumuncin Tsarkaka	**Wa'azi da Koyarwa** Furta Anabci	**Zumunci cikin Ruhaniya** Tafiya tare cikin koyarwar Ruhu Mai Tsarki	**Shahararren Karamci** Shaidar Kasancewar Mulkin Allah
Mai mulki Mai gudanar da Komi	**Mai Ceto** Mai Sulhunta dukan abu	**Mai Taimako** Mai ba da Iyawa da kuma Iko	**Tauhidin Littafi Mai Tsarki.** Sharhi na Ruhaniya	**Mulki na Bangaskiya** Shaidar Manzanni da Shaidar Nicene	**Jibin Ubangiji** Gawurtaccen Nuni	**Cikakkiyar Haɗuwa** Harkokin Iklisiya na dukan Shekara	**Yin Kirki a Yalwace** Ayyuka masu Kyau
Mu Cika Alkawari Amintaccen Mai Alkawari	**Mai Sabuntawa** Almasihu,Mai Nasara bisa ikon mugunta	**Jagora** Yana tare da nasa da "Shekinah"	**Abincin Ruhaniya** Mai Biyan Bukata a cikin Tafiyar	**Tsarkakan littattafai na Vincent** Yana koina a duniya a lokaci ɗaya	**Sauraron Karshen Zamani** Shafe dukan abubuwan da suke da masu zuwa	**Horaswa mai Tasiri** Sakewa ta Ruhaniya a cikin taron Masu bi	**Shaida bishara** Horad da Almajirai daga dangogi dabam-dabam

Apendis na 6

Daga Farkon Lokaci Zuwa Nan Gaba
Shirin Allah da Tarihin Mutum

An samo daga wurin Suzana da Dietrich. God's Unfolding purpose. Philadelphia: Westminister Press, 1976.

I Kafin Farkon Lokaci (Kafin Kafuwar Duniya) 1 Kor. 2:7

A. Allah Murhuniya Madawwami
B. Madauwamiyar Manufar Allah
C. Illar Zunubi
D. Mulkoki da Ikoki

II Farawar Lokaci (Halitta da Faɗuwa) Far.1:1

A. Kalmar Halitta
B. Mutuntaka
C. Faɗuwa
D. Mulkin Mutuwa da Alama ta farko ta Alheri

III Baiyanuwar Lokaci (Baiyanuwar Shirin Allah ta wurin Isra'ila) Gal. 3:8

A. Alkawari (Kakannin kakanni)
B. Fitowa da Alkawari a Sinai
C. Ƙasar Alkawari
D. Birni, da Haikali, da Kursiyi (Annabi, Firist da Sarki)
E. Ɗaurin Talala
F. Ragowa

IV Cikar Lokaci (Zuwan Almasihu) Gal. 4:4-5

A. Sarki ya zo ga Masarautarsa
B. Zahirin Mulkinsa a yanzu
C. Asirin Mulkin: Na yanzu da mai zuwa
D. Giciyayyen Sarki
E. Tasasshen Ubangiji

V Lokatan Ƙarshe (Saukowar Ruhu Mai Tsarki) Ayyu. Man. 2:16-18

A. Tsakanin Lokatai: Iklisiya a Matsayin Somi Taɓin Mulkin.
B. Iklisiya a Matsayin Wakiliyar Mulkin
C. Jayayya Tsakanin Mulkin Duhu da na Haske

VI Cikawar Lokaci (Zuwa na Biyu). Mat. 13:40-43

A. Dawowar Kristi
B. Shari'a
C. Cikawar Mulkinsa

VII Gaban Lokaci (Samaniya ta Gaba) 1 Kor. 15:24-28

A. Miƙa wa Allah Uba Mulki
B. Allah Shi ne Komi da Komi

Apendis na 7

Inuwa Da Abin Da Ke Na Kwarai

Rev. Dr. Don L. Davis

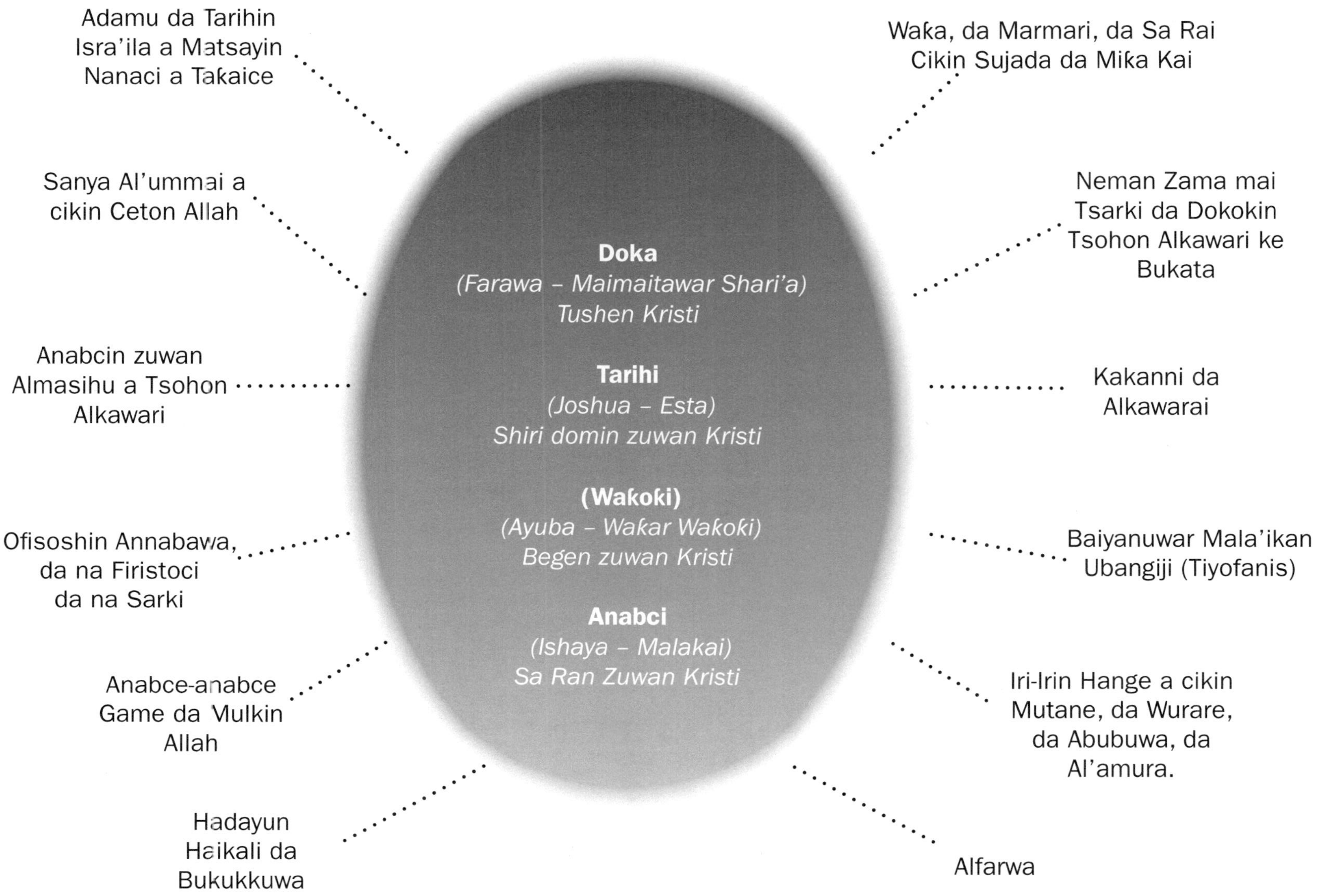

Apendis na 8

Cikin Kristi

Rev. Dr. Don L. Davis

Apendis na 9

Bayyanuwarmu Na Dogaro: 'Yanci A Cikin Kristi

Rev. Dr. Don L. Davis

Yana da muhimmanci a koyar da zaman ɗa'a irin na Kristanci, ta fuskar 'yanci a kuma cikin 'yancin da aka samu ta wurin mutuwar Kristi a kan giciye, da kuma shigar Ruhu Mai Tsarki cikin rayuwa da aikin Iklisiya (wato Galatiyawa 5:1, "Saboda 'yanci a Kristi ya 'yantar da ku), kuma koyaushe garin amfani da 'yancinka ya zama domin kawo ɗaukaka ga Allah da kuma ci gaban mulkin Kristi ne. Tare da wasu nassoshi masu nuni ga 'yanci a cikin wasiƙu, na ba da gaskiya za mu iya inganta wasu domin su yi rayuwa domin Kristi da mulkin shi ta wurin jaddada ka'idodin da ake ce da su "6-8-10" da aka kirkiro daga 1 Korantiyawa da kuma yin amfani da su cikin abubuwan da suka shafi ɗa'a.

1. 1 Kor.6:9-11 – Kristanci abu ne game da sakewa cikin Kristi; ba wata hujja da za ta sa mutum ya shiga Mulkin.

2. 1 Kor. 6: 12a – Muna da 'yanci a cikin Kristi, amma ba duk abinda mutum ya yi yake da kyau ko taimako ba.

3. 1 Kor.6:12b – Muna da 'yanci a cikin Kristi amma duk abinda ya zama maka a rayuwa sai da shi, ya zama yana mulkin ka, to yana gaba da Kristi da mulkinsa ke nan.

4. 1 Kor. 8:7-13 – Muna da 'yanci a cikin Kristi, amma kada mu yi wasa da 'yancin, musamman idan zai dakushe lamirin 'yan'uwa masu bi har ya sa su yi tuntuɓe idan suka ga muna yin wasu abubuwa da a gare su ba daidai ba ne.

5. 1 Kor. 10:23 – Muna da 'yanci a cikin Kristi, dukan abubuwa halal ne, amma ba dukan abubuwa ne masu amfani a gare mu ba, haka ma ba yin dukan abubuwa ke gina mutum ba.

6. 1 Kor 10:24 – Muna da 'yanci a cikin Kristi, kuma ya kamata mu yi amfani da 'yancin domin mu ƙaunaci 'yan'uwa a cikin Kristi, mu kuma kula da lafiyar juna (dubi Gal. 5:13)

7. 1 Kor. 10:31 – Muna da 'yanci a cikin Kristi, an kuma samu wannan 'yancin domin mu ɗaukaka Allah a cikin dukan abinda za mu yi, ko ci ko sha, ko kome muke yi.

8. 1 Kor. 10:32-33 – Muna da 'yanci a cikin Kristi, saboda haka bai kamata mu yi amfani da 'yancin ga yin abinda zai cakuni mutane a duniya ko ma Iklisiya ba, amma mu yi abinda zai rinjaye su zuwa ga sani da ƙaunar Kristi, wato su sami tsira.

Bugu da ƙari na ba da gaskiya cewa ya kamata mu kuma ƙara jaddada waɗannan ka'idodin:

- 1 Bitrus 2:16 – Ku yi zaman 'yanci, sai dai kada ku fake a bayan 'yancin nan naku, ku yi mugunta. Amma ku yi zaman bayin Allah.
- Yahaya 8: 31-32 – In dai kun zauna kan maganata, haƙiƙa ku almajiraina ne. Za ku san gaskiya, gaskiya kuwa za ta 'yanta ku.
- Gal. 5:13-17 – Ya ku 'yan'uwa, don 'yanci musamman aka kira ku, amma kada ku maida 'yancin nan naku hujjar biye wa halin mutuntaka, sai dai ku bauta wa juna da ƙauna.

Wannan 'yancin da ake magana, a tunani na, ya sanya dukan abubuwan da za mu ce ma manya ko yaran da muke ma'amala da su. Sau da yawa, yadda muke almajirantar da sabbin tuba yakan zama ta hanyar shimfiɗa masu abubuwan da za su yi da waɗanda ba za su yi ba, kuma wannan wani lokaci ba kawai yana sa su ga Kristanci a matsayin addini na yi na yi, bari na bari ba ne, ko ɗora bangaskiyarmu akan kada mu yi zunubi ba ce. Amma kam Kristanci ya sa hankali ne sosai akan 'yanci, 'yancin da aka samo mana da farashi mai yawa, 'yancin da zai sa ka ƙaunaci Allah ka ciyar da mulkinsa gaba, 'yancin da zai sa ka yi rayuwa ta miƙa kai gaban Ubangiji. Hakkin masu bi a garuruwa shi ne na yin rayuwa mai walwala a cikin Yesu Kristi, a yi rayuwa cikin walwala domin ɗaukakar Allah. Kada ayi amfani da 'yanci daga doka a matsayin izni na yin zunubi.

Manufar koyarwar ke nan wato a kafa ido akan 'yancin da aka fanso mana ta wurin mutuwar Kristi da tashinsa daga matattu, da kuma zumuntar mu da shi. Yanzu an 'yantar da mu daga doka, da ka'idar zunubi da ta mutane, da hallakaswa, da laifin zunubanmu, da cire dokar da ta ke rataye akan mu. Yanzu muna bauta wa Allah tare da godiya, kuma cike da godiya, kuma ka'idarmu ta zama ta yin rayuwa mai 'yanci a cikin Kristi. Duk da haka ba ma amfani da 'yancin mu domin mu yi ma wasu wayo, ko mu doki hancinsu amma sai dai domin mu ƙaunace wasu yadda Allah zai sami ɗaukaka. Abinda wannan wuri ya ƙunsa shi ne yake sukar magana akan 'yan luɗu, da zubar da ciki, da wasu abubuwan da ke gudana a cikin jama'a a yau waɗanda dukansu ba daidai ba ne. Waɗanda suka shiga yin waɗannan abubuwa da sunan 'yanci ne, amma ba tare da sanin Allah ta wurin Kristi ba ne, su dai suna bin son zuciyarsu ne kawai, wanda ba Allah ko ƙaunar Allah ta ba su 'yancin yin haka ba, ko kaɗan.

'Yanci a cikin Kristi kira ne na zaman tsarki da murna a matsayin almajiran da ke zama a cikin birni. Wannan 'yancin zai sa su iya ganin abubuwan da za su iya yi a matsayinsu na Krista a tsakiyar masu rayuwa cikin "anashuwa" wadda ta ke kai su ga shiga cikin kangi, da kunya da nadama.

Apendis na 10

Al'amarin Cikin Gida (Zancen Oikos)

Rev. Dr. Don Davis

Safiyo: mutum 42,000 da aka yi ma tambaya: Mene ne dalili ko wane ne ya zama sanadiyar zuwanka wurin Yesu da Iklisiyarka:

Bukata ta musamman	1-2%
Shiga ciki da kai	2-3%
Pasto	5-6%
Ziyara	1-2%
Sande sukul	4-4%
Taron Wa'azin Bishara/Telebijin	1/2%
Ta wurin shirye-shiryen Iklisiya	2-3%
Aboki ko wani ɗan'uwa	75-90%!!

~ Church Growth, Inc. Monrovia, CA

"Sau tari iyali yakan zama ƙunshe da tsara guda huɗu, haɗe da maza da mata, masu aure da mata marasa aure, bayi maza da mata, mutane na wata ƙasa, da ma'aikata daga wata ƙasa"

~ Hans Walter Wolff, *Anthology of the Old Testament*.

Oikos (iyali) a Sabon Alkawari

Yin bishara da almajiranci a cikin Sabon Alkawari sau da dama an bayyana shi a matsayin yadda ya ke bin dangantakar mutane da yawa a cikin gida, wato layin mahaɗar inda suke zaune (Mar. 5:19; Luka 19:9; Yah. 4:53; 1-41-45). Andarawus zuwa ga Siman (Yah. 1:41-45), da Koneliyus (Ayy. Man. 10-11) da ɗan Yari na Filibiya (Ayyu. Man. 16), waɗanda za mu kula mu ga bishara da almajiranci ta wurin "oiko".

Oikos (iyali, ko, na cikin gida) a cikin talakawa mazauna birni.

Ko da yake akwai bambancin al'adu, da dangantaka, da ƙungiyoyi iri-iri, da bambanci game da iyali a cikin garuruwa, da yawa, a baiyane yake cewa an fi shaƙuwa da juna ta wurin dangantaka, da abokantaka da dangi fiye da na kusa ta wurin maƙwabtaka kaɗai. Sau da yawa an fi sabawa da shaƙuwa da abokan bariki fiye da 'yan'uwa waɗanda wani lokaci suna zama nesa da mutum. Saboda haka ɗaukar lokaci mai yawa domin sanin mahaɗi na dangantaka tsakanin mazaunan wuri ko yanki kan zama da taimako sosaiyayinda ake neman dabarun yaɗa bishara da almajiranci a cikin birane.

Apendis na 11

Tauhidin "Christus Victor"

Rev. Dr. Don L. Davis

	Almasihun da aka Alkawarta	Kalmar ta Zama Mutum	Ɗan Mutum	Bawa mai Shan Wahala	Ɗan Ragon Allah	Mayaki Mai Nasara	Ubangiji Mai Mulki a Sama	Ango kuma Sarki Mai Zuwa
Sarrafin Littafi Mai Tsarki	Begen Isra'ila na Shafaffen da Yaweh ya zaɓa domin ya 'yantar da mutanensa	Ubangiji ya zo duniya Ta wurin Yesu Banazare	Yesu ya bayyana ɗarajar Uba da ceton duniya a matsayin Sarki da aka alkawarta da Ɗan Mutum na Allah	A matsayin wanda ya kaddamar da Mulkin Allah, Yesu na nuna Mulkin Allah ta wurin kalmominsa, da mu'ujizansa, da ayyukansa.	A matsayin Babban Firist da Ɗan Rago, Yesu ya mika kanshi hadaya ga Allah domin zunubi.	A cikin tashinsa daga matattu da tashinsa zuwa hannun dama na Allah, aka shaida Yesu ne Mai Nasara akan ikon zunubi da na mutuwa	Yanzu yana zaune a hannun daman Allah har sai magabtansa sun zauna karkashin sawunsa. Yesu yana zubo albarkunsa ga Iklisiyarsa	Ba da daɗewa ba Ubangiji zai dawo domin ya ɗauki Amaryarsa, wato Iklisiya, sa'an nan ya idar da aikinsa.
Nassoshi	Ishaya 9:6-7 Irmiya 23:5-6 Ish.11:1-10	Yah.1:14-18 Mat.1:20 -23 Fil.2:6-8	Mat.2:1-11 Littafin Kidaya 24:17 Luk.1:78-79	Mark.1:14-15 Mat.12:25-30 Luk. 17:20-21	2 Kor.5:18-21 Isha.52-53 Yah.1:29	Afis.1:16-23 Fil.2:5-11 Kol.1:15-20	1 Kor.15:25 Afis.4:15-16 Ayyu. Man. 2:32-36	Rom.14:7-9 Wah. Yah.5:9-13 1 Tas.4:13-18
Tarihin Yesu	Makadaicin Ɗan Allah a cikin ɗaukaka	Juna biyu daga Ruhu Mai Tsarki, da haihuwarsa ta wurin Maryamu	Baiyanuwarsa ga Shehuna da duniya	Koyarwarsa, da fid da aljanu, da mu'ujizai, da manya-manyan ayyukansa a cikin mutane	Shan azaba da ya yi, aka giciye shi, mutuwarsa da bizinarsa	Tashinsa daga matattu, da baiyanar da ya yi ga shaidunsa, da tashinsa zuwa wurin Uba	Aiko da Ruhu Mai Tsarki da baye-bayensa, da zaman Kristi a sama a hannun daman Allah.	Dawowar da zai yi ba da daɗewa ba zuwa duniya a matsayin Ubangiji da Kristi: Zuwa na Biyu
Bayyani	Alkawari na Littafi Mai Tsarki na tsatson Ibrahim, da na annabi makamanin Musa, da na ɗan Dauda.	Ta wurin bayyana a cikin jikin mutum Allah ya zo garemu; Yesu ya bayyana wa ɗan adam cikakkiyar darajar Uba	A cikin Yesu, Allah ya nuna cetonsa ga duniya duka, har da Al'ummai.	A cikin Yesu ana iya ganin mulkin Allah wanda aka yi alkawari, ga shi a duniya kiri kiri, ya kame Shaiɗan, ya kawas da La'ana.	A matsayin Ɗan Rago marar aibi, Yesu ya mika kansa ga Allah hadayar zunubi a madadin duniya duka	Cikin tashinsa daga matattu da tashinsa zuwa sama, Yesu ya shafe mutuwa, ya wofinta Shaiɗan, ya kau da La'ana	Yesu yana zaune a hannun dama na Allah a matsayin Shugaban Iklisiya, Ɗan fari daga matattu, da kuma Ubangiji Maɗaukaki a sama	Yayin da muke aikin girbi tukuru a cikin gonarsa, muna jiran dawowarsa, da cikar alkawari da ya yi
Kwanakin Shekara na Iklisiya	**Zamanin Farko (Advent)**	**Kirsimati**	**Kwanaki bayan Apifani** Baftisma da Sake Kamanni	**Lokacin Azumi**	**Mako mai Tsarki** Shan Azaba	**Bukin Ista** Ista, da Ranar Komawa Sama, da Fentikos	**Kwanaki bayan Fentikos** Lahadin Murhuniya	**Kwanaki Bayan Fentikos** Ranar Dukan Tsarkaka, Mulkin Almasihu Sarki
	Zuwan Kristi	*Haihuwar Kristi*	*Baiyanuwar Kristi*	*Hidimar Kristi*	*Azaba da Mutuwar Kristi*	*Tashi daga Matattu da Komawa Sama da Kristi ya yi.*	*Zaman Kristi a Sama*	*Mulkin Kristi*
Tsari na Ruhaniya	Lokacin da muke jiran dawowarsa, bari mu ba da labari, mu tabbatar da bege na cikin Kristi	Kalma ta zama mutum, bari kowace zuciya ta shirya masa wurin zama.	Ɗan Mutum na Allah, ka nuna wa kasashe cetonka da darajarka	A cikin Kristi, ikon mulkin Allah ya zo duniya da Iklisiya	Bari waɗanda suka sha wahalar mutuwa da shi su kuma tashi tare da shi.	Bari mu sa hannu ta wurin bangaskiya cikin nasarar Kristi akan ikon zunubi, da na Shaiɗan, da na mutuwa.	Ruhu Mai Tsarki, zo ka cika mu, ka kuma karfafa mu domin mu faɗaɗa Mulkin Almasihu a duniya.	Muna raye, muna aiki da sa zuciyar dawowarsa, da neman mu daɗaɗa masa rai a cikin dukan komai.

Apendis na 12

"Christus Victor": Hadadden Wahayi Domin Rayuwar Krista da Shaida

Rev. Dr. Don L. Davis

Kristi Mai Nasara

Mai Rusar Da Aikin S haiɗan da Mutuwa
Mai Maida Halitta Yadda ta ke
Mai Nasara Akan Jahannama da Zunubi
Mai Murƙushe Shaiɗan

Domin Iklisiya

- Iklisiya ita ce ta fari mai nuna zaman Yesu a duniya
- Fansa mai albarka ta Mai Nasara, wato Kristi da ya tashi daga matattu
- Laos: Mutanen Allah
- Sabuwar halittar Allah: kasancewar nan gaba
- Matsayi da kuma zama wakilin mulkin da ya ke/ Wanda yana kan zuwa

Domin Ilimin Tauhidi da Rukuni

- Ikon da yake tattare da Kalmar nasara ta Kristi: Al'adar Manzanni: Littafi Mai Tsarki
- Tauhidi a matsayin sharhi akan bayanin labarin Allah
- Kristi Mai Nasara a matsayin jigo mai riƙe rassa domin ba da ma'ana a cikin duniya
- Shahada ta Nicene: Labarin Alherin Allah mai nasara

Domin Ruhaniyanci

- Kasancewar Ruhu da ikonsa a tsakiyar mutanen Allah
- Tarayya cikin zaman ɗa'a ta Ruhu
- Taruka, da yadda ake karanta wa jama'a Littafi Mai Tsarki, da yadda ake tsara yin sujada a majami'a, da abubuwan da Iklisiya ta ke yin su a cikin shekara
- Yin rayuwa ta Kristi wanda ya tashi a cikin yadda muke rayuwarmu ta yau da kullum

Domin Baye-baye

- Abubuwan da Allah ya sanya mana da waɗanda muke samu daga wurin Kristi Mai Nasara
- Baye-bayen hidima ga Iklisiya
- Ruhu Mai Tsarki mai bayar da baye-baye bisa ga nufinsa
- Hidima: daga sama, da baye-baye dabam dabam domin taimakon masu bi

Domin Sujada

- Mutanen 'yan tashin matattu: buki marar ƙarewa na mutanen Allah
- Tunawa, da sa hannu cikin ayyukan Kristi a cikin sujadarmu
- Sauraro da maida hankali ga Kalma
- Samun sauyi a rayuwa a teburi; jibin Ubangiji
- Kasancewar Uba ta wurin Ɗan a cikin Ruhu

Domin Bishara da aikin Mishan

- Bishara a matsayin furtawa da baiyana halayen Kristi Mai Nasara ga duniya ba tare da kunya ba.
- Bishara a matsayin Labari Mai Daɗi na alkawarin mulki mai zuwa.
- Muna shaida mulkin Allah wanda ya zo a cikin Yesu Banazare
- Babban Umarni: ku je wurin dukan mutane ku maida su almajiran Kristi da na Mulkinsa
- Shaida Kristi a matsayin Ubangiji da Almasihu

Domin Adalci da Juyayyi

- Nunin alheri da kirkin Yesu ta wurin Iklisiya
- Iklisiya tana nuna ainihin rayuwa ta mulkin Allah
- Iklisiya na yin rayuwa ta Mulkin sama a nan kuma yanzu
- Da yake kyauta muka karɓa, kyauta muke bayarwa (ba wata alama ta yabon kai ko fahariya)
- Adalci a matsayin shaida ta Mulki mai zuwa

Apendis na 13

Fahimtar Littafi Mai Tsarki Sashe-Sashe Da Kuma Gaba Ɗaya

Rev. Don Allsman

Littafi Mai Tsarki rubutu ne mai iko, mai ɗauke da shirin Allah na ɗaukaka Yesu a matsayin Ubangijin duka, da Mai Ceton dukan halitta, da kuma kada masu gaba da Allah, kaye na har abada. Yesu Kristi shi ne Batun Littafi Mai Tsarki (Yahaya 5:39-40)

- Tsohon Alkawari hanƙoro ne da alkawarin zuwan Kristi
- Sabon Alkawari shi ne kalmasa da cikawar komai a cikin Kristi

Ya zamanto cewa a "Tsohon Alkawari sai Sabon Alkawari ya kwanta shiru; a cikin Sabon Alkawari sai Tsohon Alkawari ya tsaya a bayyane".

Yadda aka sami ci gaba: daga farawa, sai tashi aiki, sai ƙololuwa, zuwa aikin faɗuwa, da shawarar da aka yanke.

1. **Farawa:** Halitta da faɗuwar mutum (matsala da bukatar daidaita), Farawa 1:1-3:15

2. **Tashin Aiki**: Shirin Allah ya bayyana ta wurin Isra'ila(Farawa 3:15-Malakai)

3. Ƙo**loluwa**: Yesu ya kafa Mulkinsa (Matiyu – Ayyu. Manz. 1:11)

4. **Aikin Faɗuwa**: Iklisiya ta ci gaba da aikin Mulkin Yesu (Ayyu. Man. 1:12 - Wah. Yah. 3)

5. **Yanke Shawara**: Dawowar Yesu domin Mulkin adalci (R. Yah. 4-22)

6. **Sharhi**: Mutanen Allah sun bayyana abubuwan da suka ji, suka gani, suka samu domin samar da hikima (Littattafan Hikima: Ayuba, da Zabura, da Karin Magana, da Mai Hadishi, da Waƙar Waƙoƙi).

Littafi Mai Tsarki- Yadda aka jera littattafan:

Farawa, Fitowa, Littafin Firistoci, Littafin Kidaya, Maimaitawar Shari'a, Joshuwa, Littafin Mahukunta, Rut, 1-2 Sama'ila	Tarihi daga Halitta zuwa mulkin Sarki Dauda
1-2 Sarakuna	Tarihin Israi'la daga Dauda zuwa lokacin Bauta
1-2 Tarihi	Tarihi daban daban daga Halitta zuwa lokacin Bauta
Ezra, Nehemiya, Esta	Labarin Isra'ila a lokacin Bauta da dawowa gida
Ayuba (tsarar Ibrahim), Zabura (Dauda ne marubucin yawancinsu), Karin Magana, Mai Hadishi, Waƙar Waƙoƙi (Lokacin Solomon)	Littattafan Hikima
Ishaya, Irmiya, Makoki, Ezekiyel, Daniyel, Yusha'u, Yowel, Amos, Obadiya, Yunusa, Mika, Nahum, Habakuk, Zafaniya, Haggai, Zakariya, Malakai	Rubuce-rubucen Annabawan Isra'ila daga lokacin Sarakuna har zuwa lokacin komawa daga Bauta.
Matiyu, Markus, Luka da Yahaya	Rubuce-rubuce akan Yesu Banazare (Bishara)
Ayyukan Manzanni, Romawa, 1-2 Korantiyawa, Galatiyawa, Afisawa, Filibiyawa, Kolosiyawa, 1-2 Tasalonikawa, 1-2 Timoti, Titus, Filiman, Ibraniyawa, Yakubu, 1-2 Bitrus, 1-3 Yahaya, Yahuza, Wahayin Yahaya.	Labari game da Iklisiya bayan hawan Yesu Sama, haɗe da wasiku na manzanni masu ɗauke da umurnai ga Iklisiya.
Wahayin Yahaya	Nan gaba da ƙarshen zamani (dawowar Yesu).

Apendis na 14

Albarku Talatin Da Uku A Cikin Kristi

Rev. Dr. Don L. Davis

Ko ka san cewa abubuwa guda 33 sun faru da kai a lokacin da ka ba da gaskiya ga Yesu Kristi? Lewis Sperry Chafer, shugaba na farko na Dallas Theological Semimary, ya lisafta albarkun nan na ceto a cikin wani littafinsa da ya rubuta game da ilimin sanin Allah(Tauhidi), a turance sunan littafin *Systematic Theogloy, Volume III* (pp.234-266). Waɗannan abubuwa, tare da taƙaitattun bayanai, suna ba Krista wanda aka maye haifuwarsa ganewa mafi kyau na aikin alherin da aka yi a cikin rayuwarsa, da kuma godiya sosai domin sabon ransa.

1. A cikin madauwamin shirin Allah, akwai waɗannan abubuwan game da mai ba da gaskiya:

    a. ***Rigyasani*** - Ayyukan Manzanni 2:23; 1 Bit. 1:2,20. Tun fil azal Allah ya san ko wane mataki a cikin dukan shirin duniya gaba ɗaya.

    b. ***Ƙaddara*** - Rom. 8:29-30. An zaɓi kaddarar mai ba da gaskiya ta wurin rigyasani, zuwa ga gane cewa alheran Allah masu yawa ne ba su da iyaka

    c. ***An zaɓe shi*** - Rom. 8:38; Kol. 3:12. Allah ya zaɓe shi a yanzu, kuma zai nuna alherin Allah nan gaba.

    d. ***Zaɓaɓɓe*** - Afis. 1:4. Allah ya keɓe wa kansa zaɓaɓɓunsa waɗanda duka an yi rigyasaninsu, an kuma ƙaddara masu haka.

    e. ***Kirayayye*** - 1 Tass. 6:24. Allah ya kira mutum domin ya more manufofinsa na fansa. Waɗannan sun haɗa da waɗanda Allah ya zaɓa don ceto, amma har yanzu suna cikin halin rashin tuba.

2. An ***fanshi*** mai ba da gaskiya - Rom. 3:24. An riga an biya farashin da ake bukata domin a 'yantar da shi daga zunubi.

3. An ***sulhunta*** mai ba da gaskiya - 2 Kor. 6:18-19; Rom. 5:10. Allah ya jawo shi cikin zumunta, da kuma don ya yi zumunta da Allah.

4. Mai ba da gaskiya yana da dangantaka da Allah ta wurin ***sulhu*** - Rom. 3:24-26. Allah ya kuɓutar da shi daga shari'a ta wurin gamsuwar da Allah ya yi game da mutuwar da Ɗansa ya yi domin masu zunubi.

5. An ***gafarta*** wa mai ba da gaskiya duka zunubansa - Afi. 1:7. An kawas da duka zunubansa na da, da na yanzu, da na nan gaba.

6. ***An haɗa mai ba da gaskiya da Kristi*** domin shari'anta tsohon mutum 'zuwa sabuwar tafiya' - Rom. 6:1-10. An jawo shi domin ya yi tarayya da Kristi.

7. Mai ba da gaskiya ***"ba ya ƙarƙashin shari'a"*** - Rom. 7:2-6. Shari'a ba ta da iko a kansa, kuma ba za ta hukunta shi ba.

8. An maida mai ba da gaskiya ya zama ɗan Allah – Gal. 3:26. Ruhu Mai Tsarki ya maye haifuwarsa zuwa dangantaka wadda Allah shi na farko ya zama Uba na ainihi, wanda aka cece shi kuma ya zama ɗa na halal da ko wane 'yanci da muƙami-ya zama magaji na Allah, kuma mai yin gado tare da Yesu Kristi.

9. An ***karbi mai ba da gaskiya kamar ɗa babba***, zuwa cikin iyalin Allah – Rom. 8:15, 23.

10. Yesu Kristi ya sa mai ba da gaskiya ya ***sami karɓa a wurin Allah*** – Afi. 1:6. An sa ya zama ***mai adalci*** (Rom. 3:22). An ***tsarkake*** shi (an keɓe shi) (1 Kor. 1:30, 6:11); ***Marar aibi cikin tsayawarsa da matsayinsa***, (Ibraniyawa 10:14), an **sa *ya zama karɓaɓɓe*** cikin ƙaunatattu (Kol. 1:12).

11. Mu ***kuɓutattu*** ne – Rom. 5:1. Dokar Allah ta ce shi adali ne.

12. An ***'daidaita'*** mai ba da gaskiya - Afi. 2:13. An kafa dangantaka ta kusa, kuma tana tsakanin Allah da mai ba da gaskiya.

13. ***An kuɓutar da mai ba da gaskiya daga ikon duhu*** - Kol. 1:13 ; 2:13. An kuɓutar da Krista daga ikon Shaiɗan da miyagun ruhohinsa. Duk da haka, dole almajiri ya ci gaba da yin yaƙi da waɗannan ikoki.

14. ***An tsamo mai ba da gaskiya daga mulkin duhu zuwa Mulkin Allah*** – Kol. 1:13. An sake masa wuri daga mulkin Shaiɗan zuwa Mulkin Kristi.

15. ***An kafa*** mai ba da gaskiya a kan Dutsen, Yesu Kristi – 1 Kor. 3:9-15. Yesu shi ne harsashen da mai ba da gaskiya ya ke tsaye a kai, wanda zai gina rayuwarsa ta Krista a kai.

16. *Mai ba da gaskiya shi* ***kyauta ne daga wurin Allah zuwa ga Yesu Kristi*** - Yah. 17:6, 11, 12, 20. Shi kyauta ne na ƙaunar Uban zuwa ga Yesu Kristi.

17. An yi wa mai ba da gaskiya ***kaciya a cikin Kristi*** - Kol. 2:11. An kuɓutar da shi daga ikon tsohon hali na zunubi.

18. An sa mai ba da gaskiya ya zama ***cikin tsattsarkar ƙungiyar Firistoci Mai Tsarki*** - 1 Bit. 2:5,9. Ya zama firist domin dangantakarsa da Kristi, Babban Firist, kuma zai yi mulki a duniya tare da Kristi.

19. Mai ba da gaskiya yana cikin ***zaɓaɓɓar al'umma mai tsarki, jama'ar mallakar Allah*** - 1 Bit. 2:9. Wannan ne taron masu ba da gaskiya na wannan lokacin.

20. Mai ba da gaskiya *shi* ɗan mulkin sama ne - Fil. 3:20. Saboda haka ne ake kiran shi baƙo idan dai ana maganar yin rayuwa a nan duniya (1 Bit. 2:13), kuma zai ji daɗin sabon gidansa na gaske a sama har abada.

21. Mai ba da gaskiya yana cikin ***iyalin Allah*** - Afis. 2:19. Yana cikin "iyalin" Allah wanda masu bi na gaskiya ne kaɗai a ciki.

22. Mai bi yana cikin ***zumuntar tsarkaka*** - Yahaya 17:1-21-22. Zai iya zama cikin zumuntar da masu bi suke yi da juna.

23. Mai bi yana cikin ƙungiyar sama - Kol. 1:27; 3.1; 2 Kor. 6:1; Kol. 1:24; Yahaya 14:12-14. Afi. 5:25-27; Titus 2:13. Yanzu yana tafiya tare da Kristi a cikin rayuwa, da muƙami, da aiki, da wahala, da addu'a, da alkawarin aure a matsayin amarya ga Kristi, da kuma sa zuciyar sake zuwan Kristi.

24. Mai ba da gaskiya ***zai iya zuwa gaban Allah*** - Afi. 2:18. Zai iya samun alherin Allah wanda ke sa shi ya iya yin girma na ruhaniya, kuma ba wanda zai hana shi zuwa wurin Uban (Ibraniyawa 4:16).

25. Mai bi yana ***cikin "mafi yawar" kulawar Allah*** - Rom. 5:8-10 Shi ne dalilin ƙaunar Allah (Yahaya 3:16), da alherin Allah (Afi. 2:7-9), da ikon Allah (Afis. 1:19), da amincin Allah (Fil. 1:6) da salamar Allah (Rom.5:1), da ƙarfafawa daga wurin Allah (2 Tass. 2:16-17), da taimako na Allah (Rom. 8:26).

26. Mai bi shi ***gado ne na Allah*** - Afis. 1:18. Allah Uba ya ba da shi kyauta ga Kristi.

27. Mai bi ***yana da gadon Allah shi kansa,*** da kuma duka abin da Allah ya bayas – 1 Bit. 1:4.

28. Mai ba da gaskiya yana da ***haske a cikin Ubangiji*** – 2 Kor. 4:6. Ba haske kaɗai yake da shi ba sai dai an umarce shi da ya yi tafiya a cikin hasken.

29. Mai bi yana ***tarayya da Uban, da Ɗan, da kuma Ruhu Mai*** **Tsarki** – 1 Tass 1:1 ; Afi. 4:6 ; Rom. 8:1 ; Yahaya 14:20 ; Rom. 8:9 ; 1 Kor. 2:12.

30. An albarkaci mai bi da *'ya'ya na Ruhu* - Afis. 1:14 ; 8:23. Ruhu ya maye haifuwarsa (Yahaya 3:6) Kuma Ruhu ya yi masa baftisma (1 Kor. 12:13), wanda aiki ne na Ruhu Mai Tsarki wanda ta haka ne ake haɗa mai bi da jikin Kristi, sai ya zo ya kasance 'cikin Kristi', saboda haka mai bi yana da rabo a cikin duk abin da ya ke na Kristi. Almajiri shi ma Ruhu yana zama a cikinsa (Rom. 8:9), Ruhu ya hatimce shi (2 Kor. 1:22), yana sa shi ya sami kariya ta har abada, kuma ya cika da Ruhu (Afi. 5:18) wanda aikinsa ne ya ba da ikonsa da kuma iya yin amfani da ikon a cikin zuciyar da yake zama.

31. An ɗaukaka mai bi - Rom. 8:18. Yana cikin labarin nan na Allah marar iyaka.

32. Mai bi ***cikakke ne a cikin Allah*** - Kol. 2:9-10. Yana cikin duk abin da ke na Kristi.

33. Mai bi yana da ***kowace albarka ta ruhaniya*** - Afis. 1:3. Duk albarkun da aka jera a cikin albarkun nan 32 kafin yanzu za a haɗa su cikin 'duka albarku na ruhaniya' ɗin nan.

Apendis na 15

Tozo

Rev. Dr. Don L. Davis • 1 Timothy 4.9-16; Hebrews 5.11-14

Jaririn Krista
Sabon Mai bi da Horarwar Ruhaniya

Aikata abin da ba ya da fașali

Rashin iya yin abu

Kurakurai

Ganganci

Halin Barkatai

Rashin Zama Hankali A Kwance

Rashin Kwarewa

Matakin Aikin Sabon-Shiga

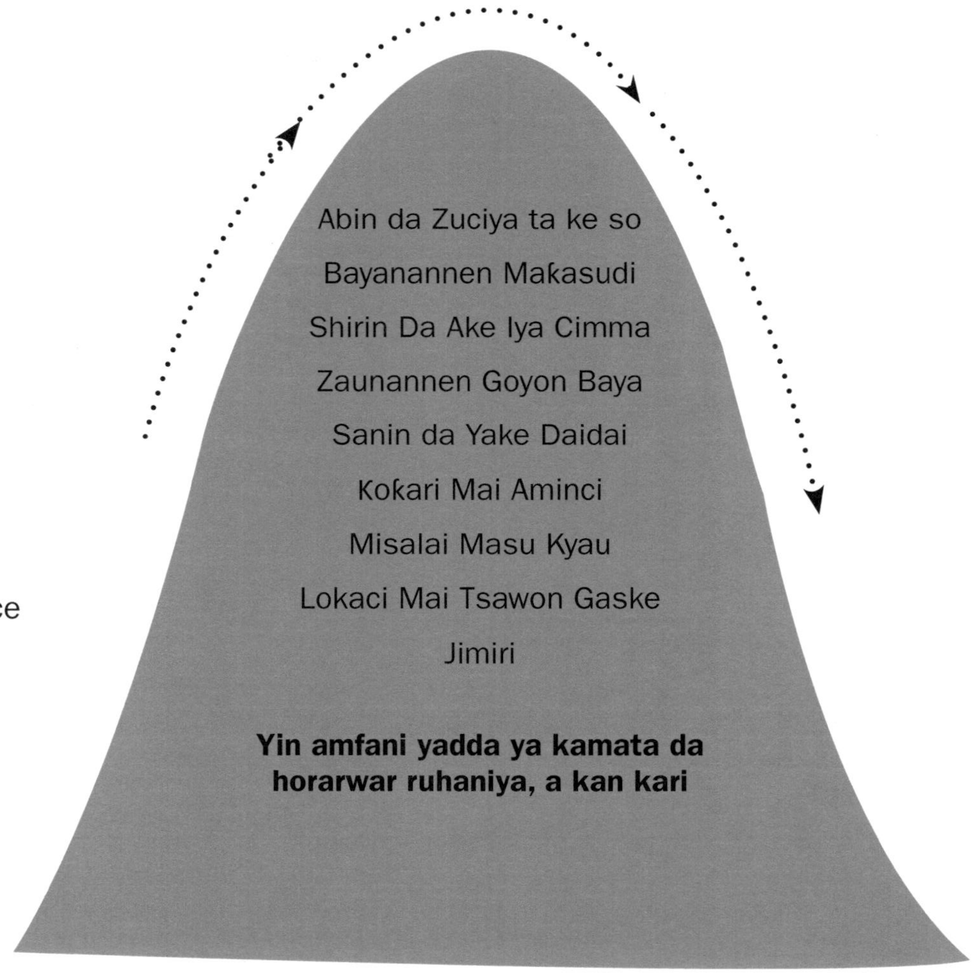

Ballagaggen Krista
Mai Bin Da Ya Ballaga da Horarwar Ruhaniya

Yin Abu Da Aminci

Alherintaka

Amsawa Nan da Nan

Zaman Hankali a Kwance

Gamsuwar Mutum a Cikin

Kansa

Hazaƙa

Gwaninta

Horar da Waɗansu

Apendis na 16

Cin Gaba Ta Wurin Duba Baya

Kokarin Dawo da Babbar Al'ada Ta Shaida Bishara

Rev. Dr. Don L. Davis.

Sake Gano "Babbar Al'adar"

A cikin wani ƙaramin littafi mai ban al'ajibi, Ola tjorhom,[1] ya bayyana Babbar al'adar Iklisiya (wani lokaci ana ce da wannan a turance "classical Christian Tradition") cewa abu ne "mai rai, mai ƙarfi". [2] Babbar Al'adar tana a matsayin wannan abin da ke tsakiya cikin aikata bangaskiyar Krista na yin bishara, da manzanci da na katolika wanda ya zo ga ba da 'ya'ya sosai daga 100 – 500 AD.[3] Gadon da kuma dukiyar na wakiltar furuci na Iklisiya game da abin da Iklisiya ke gaskantawa da shi ko yaushe, sujadar da tsohuwar Iklisiyar da ba a raba ta ba, ta ke yi, da kuma aikin da ta runguma, ta ke kuma yi.

Da shi ke Babbar al'adar ba za ta iya ɗaukar wurin Al'adar mazanci ba (wato daga inda kowace bangaskiya ta Krista ta ke da tushenta, wato Maganar Allah) ko kuma ta rufe kasancewar rayuwar Kristi a cikin Iklisiya ta wurin Ruhu Mai Tsarki, har yanzu tana da iko da kuma ba da ƙarfi ga mutanen Allah. Tana ba mutanen Allah ƙwarin gwiwa na furta bangaskiyarsu. Katolika sun rungumi Babbar Al'adar, sun kuma yarda da ita da ikon da ke cikinta, haka ma Anglican, da 'yan ilimin addini na Protestants, na da da na yanzu, yayin da ya samar da takardun bita, koyaswa, furtawa da kuma abubuwan da Iklisiya ke yi (alal misali, Rubutaccen Maganar Allah, da koyaswar Tiriniti, da Allahntakar Kristi, da dai sauransu).

Masana da yawa na masu bishara yau sun ba da gaskiya cewa hanyar da zaa bi don a yi gaba cikin samun bangaskiya mai ƙarfi, da sabuntawa ta ruhaniya za ta haɗa da duba baya, ba tare da jin kamar da ta dawo, ba tare da jin da ma za a iya samun Iklisiya marar damuwa kamar Iklisiyar farko ba. Ka da su yi rashin hikima cikin tafiyarsu ta bangaskiya. Sai dai da iya duba tarihi sosai, ruhun biyya na girmama tsohuwar Iklisiya, da kuma miƙa kai

[1] Ola Tjorhom, Iklisiyar da ake gani, sashen ilimin addini da ya shafi Iklisiya da kuma "Babbar Al'adar Iklisiya". Collegeville, Minnesota: Liturgical Press. 2004. Robert Webber ya ba da ma'anar babbar Al'adar kamar haka: cewa "faɗin gaskantawa da kuma aikatawa ta Krista da ya sami ci gaba daga Maganar Allah tsakanin lokacin Kristi da ƙarni na biyar". Robert Webber. *The Majestic Tapestry*. Nashville: Thomas Nelson Publishers, 1986, p.10.

[2] *Ibid.*, p. 35.

[3] Abin da ke tsakiyar Babbar Al'adar yana maida hankali ne a kan samar da furtawa, da kuma yadda Iklisiya ke yin abubuwa a ƙarni biyar na farko na rayuwa da yin aiki. Thomas Oden, a nawa yanke shari'a, ya faɗi daidai cewa "... yawancin abin da ke da daraja cikin jimiri a cikin bayanin Littafi Mai Tsarki yau an gano shi ne a ƙarni na biyar" (cf. Thomas C. Oden, – *The Word of Life*. San Francisco: harper San Francisco, 1989 p. xi).

mai zurfi ga Maganar Allah, ya kamata ta wurin Babbar al'ada mu sake gano iri na sabuwar bangaskiya ta ƙwarai, kuma mai ba da ƙarfi ta haka.

Za mu iya sake samun sakewa mai kawo ci gaba idan muka ɗauko abubuwan da suke a tsakiyar abubuwan da muka gaskanta da su, muke kuma aikatawa, waɗanda na Iklisiya ne tun kafin rashin haɗin kai da rarrabuwa masu muni na cikin tarihin Iklisiya idan kuwa mun yarda, ya kamata mu sake duba Iklisiya ta farko da rayuwar ta, ko ma fiye da haka, mun tabbata a cire Babbar Al'adar domin sabuntawa a cikin Iklisiya-menene daidai abin da muke so mu dawo da shi? Ko muna so mu karɓi duk abin da Iklisiyar da ta ce mu yi a matsayin "bishara", ya zama gaskiya don kawai yana kusa da abubuwan al'ajibi daYesu Banazare ya yi a cikin duniya/ Tsohon abu ne.

Babu, ba za mu karɓi dukan kome ba tare da suka ba, kuma ba za mu gaskanta dukan abin da yake tsoho ba, cewa gaskiya ne. Gaskiya a gare mu ta fi ra'ayoyin da ake magana a kai: gare mu gaskiya ta fito a cikin Yesu Banazare, kuma Maganar Allah ta ba da ma'anar bayyaninsa, da cetonsa a cikin tarihi cewa gaskiya ne, kuma cike da iko. Ba za mu yarda da abubuwa ba don kawai haka ake yin su tun da daɗewa. Ko kuma don tun da aka fara. Abin mamaki, Babbar Al'adar (koyaswa) na cewa ya kamata mu dinga tacewa sosai, mu biye wa bangaskiyar da aka yi wa tsarkaka. (Yahuza 3), don su karɓa, kuma su yi murnar koyaswar da suka samu daga wurin Manzanni, wadda tushenta da fasirarta daga wurin Maganar Allah Mai Tsarki suke, ana kuma nuna haka ta wurin yadda Krista ke furtawa, yake kuma aikatawa.

Abin da ke a tsakiyar Babbar Al'adar (koyaswa)

Yayin da Tjorhom ya ba da nasa jerin abubuwa guda goma na Ilimin addini waɗanda suke a cikin Babbar Al'adar da ya ba da gaskiya suna buƙata a sake fasara su, a sake duba su,[4] "Ni na ba da gaskiya cewa akwai abubuwa guda bakwai da idan an dube su daga gefen Littafi Mai Tsarki, da kuma ruhaniya, za su taimake mu mu iya gane abin da Iklisiya ta farko ta gaskanta, yadda suka yi sujada, yadda suka yi rayuwa, da kuma yadda suka dinga kare bangaskiyarsu a cikin Yesu Kristi. Ta wurin yin aminci cikin bin abubuwan da suke a rubuce, furtawa da aikatawa na wannan lokacin, Iklisiya ta da ta yi shaidar alkawarin ceton Allah a cikin al'ummai, da kuma waɗanda ba su san Allah ba.

A zamanin nan ne bangaskiyarmu da aikatawa suka yi girma, kuma ya kamata a sake duba su (da kuma na sau ashirin da biyu).

Bayan na sake dubawa, na cire waɗansu abubuwa, na ƙara waɗansu abubuwa daga ra'ayoyin Tjorhom game da Babbar Al'adar, a nan na jera

[4] *Ibid.*, pp.27-29. An yi muhawara akan abubuwa guda goma da suke a cikin aikin Tjorhom inda ya ke ba da ra'ayi akan abubuwan tsari, da kuma yadda cire babbar al'adar za ta shafi Iklisiya gaba ɗaya a cikin duniya na yarda da dukan zuciyata akan gardamarsa, wadda kamar tawa gaskantawar cewa nuna sha'awa da kuma yin bincike game da Babbar Al'adar (koyaswa) zai iya sabunta da kuma ƙara albarka cikin sujada, da hidima da kuma aikin bishara na Iklisiya ta yau.

waɗansu abubuwa masu muhimmanci da suke buƙatar a maida hankali sosai a kansu.

1. **Al'adar (koyaswar) Manzanni.** Babbar Al'adar ta sami tushenta ne a cikin koyaswar Manzanni, wato, shaidu da aka gani na manzannin yadda suka ga faruwar abubuwa na Yesu Banazare, yadda aka rubuta abubuwan da manzanni suka gani, suka shaida da iko game da rayuwarsa da ayyukansa, a cikin Maganar Allah, Rubutun da aka amince da shi na Littafi Mai Tsarki yau. Akwai manzanci a cikin Littafi Mai Tsarki, wanda aka gina a kan harsashen annabawa, Kristi kuma shi ne Muhimmin Dutsen magina. Maganar Allah tana wakiltar inda muka sami fasararmu game da Mulkin Allah, labarin ƙaunar Allah na ceto da yake a cikin alkawarin da ya yi wa Ibrahim da kakanni, a cikin alkawura da kuma abubuwan da suka faru da Isra'ila, da waɗanda kuma suka kai mu ga bayani na Allah a cikin Kristi Yesu, kamar yadda aka faɗi a cikin annabawa, aka ƙara bayyana su a cikin shaidar manzanni.

2. **Koyaswa da kuma abin da kwamitin abubuwan da suka shafi Iklisiya suka yarda da shi, musamman Nicene Creed.** Babbar Al'adar tana faɗin gaskiyar, tana kuma sa iyaka a kan bangaskiya ta da, yadda aka ba da ma'anar aka kuma tabbatas a cikin abin da Iklisiya duniya duka ta gaskanta tare da maida hankali musamman a Nicene Creed. An ɗauki maganarsu cewa ita ce fasararsu da sharhi game da koyaswar manzanni a cikin Maganar Allah daidai ne. Yayin da ba shi ne tushen bangaskiya ba, sai dai suna wakiltar muhimmuncin koyaswar, [5]musamman waɗanda suke kafin ƙarni na biyar (inda duka koyaswa game da Allah, da Kristi, da Ceto an gane an kuma rungume su)[6].

[5] Ina gode wa Marigayi Dr. Robert Webber domin wannan bambancewa tsakanin tushe da kuma abin da ke cikin bangaskiyar Krista da kuma fasararta.

[6] A lokacin da kwamiti bakwai na abubuwan da suka shafi Iklisiya (tare da wasu) suka sami tabbaci daga wurin Katolika da 'yan ƙungiyar koyaswa ta ainihi a matsayin haka yake, shi ne kwamiti na huɗu na fari da ya fara dubar wannan muhimmin furuci na tun da, na Iklisiyar da ba ta rabu ba. Ni da wasu mun yi gardama, dalilin gardamar kuwa ya fi yawa akan dalilin da ya sa su waɗannan huɗu sun sami shiga suka kuma zauna sosai sau ɗaya ba ƙari akan abinda ya kamata a dubi riƙe bangaskiyarmu ta ainihin akan ruƙunan Murhuniya da Zama mutum da Allah ya yi (cf Philip Schaff, "The Creed of Christendom, v. 1. Grand Rapids: Baker Book House, 1996, p 44). Haka ma, ko da masu maida rayuwa ta mashari'anta sum sun koyarwa babbar al'ada, suka kuma riƙa cewa yawancin muhimman furuci suna nan a matsayin hukuma. Haka bisa maida martani, Calvin ya iya ja a cikin na sa bayanin na tauhidi cewa "kwamitin za su zo su sami ikon da ya zama nasu; duk da haka a lokacin Nassi zai fitar da komi bisa ga yadda ya kamata. Ta wannan hanyar ce, mu da kanmu za mu runguma mu kuma da ban girma a matsayin kwamiti mai tsarki na tun farko kamar wadancan Nicene, Constantinople, farkon Afisawa I, Chalcedon, da makamantan su, masu damuwa da kurakurai - idan dai sun shafi koyaswa ta bangaskiya. Domin ba su ƙunshi komi ba amma tsaba da kuma ainihin fitar da yadda Nassi ya ke, wanda Ubaninmu masu tsarki suka yi amfani da su tare da yi taka tsantsan na ruhaniya domin rushe addinin magabci wanda ya tashi haikan a lokacin" (cf John Calvin, Institute of the Christian Reigion, IV, ix. 8. JohnT. McNeil, ed Ford Lewis Battles, trans. Philadelphia: Wesminster Press, 1960, pp. 1171-72

3. **Tsohuwar Dokar Bangaskiya**. Babbar Al'adar ta rungumi muhimmin abin da yake a tsakiyar bangaskiyar Krista a cikin doka, wato tsohuwar ka'idar dokar bangaskiya, wadda ta zama abin gwaji da ake mora domin gane abubuwan da ake cewa su ne fasara na ƙwarai-game da bangaskiyar Littafi Mai Tsarki, idan aka yi amfani da dokar nan yadda ya kamata, za ta ba mu iya ba da ma'anar ainihin furtawar Krista ta tsohuwar Iklisiya wadda ba a raba ta ba, yadda aka nuna a fili a cikin abin da Vincent na Lerins ya saba cewa: "abin da koyaushe ake gaskantawa a ko ina, kuma kowa da kowa ne ke gaskantawa".[7]

4. **Ra'ayi da Tunanin Christus Victor**: Babbar al'ada (koyaswa) ta na yarda, tana kuma ɗaukaka Yesu Banazare cewa shi ne Kristi, Mai Ceto wanda aka yi alkawarinsa a Maganar Allah na Yahudawa, Ubangiji wanda ya tashi, kan Iklisiya. A cikin Yesu Banazare kaɗai Allah ya tabbatas da mulkinsa a kan duniya da ya yi nasara a kan mutuwa, cikin mutuwarsa ya yi nasara da magabcin Allah, ta wurin Allahntakarsa, mutuwa, tashinsa daga matattu, hawa zuwa sama, da kuma fansar 'yan adam daga hukuncin zunubansu ta wurin shari'a. Yanzu ya tashi daga matattu, ya koma sama, an ɗaukaka shi a hannun dama na Allah, ya aiko da Ruhu Mai Tsarki cikin duniya domin ya ba Iklisiya ƙarfi cikin rayuwarta da yin shaidar bishara. Ya kamata a ɗauki Iklisiya kamar mutanen nasarar Kristi. Sa'ad da zai dawo zai cika aikinsa na Ubangiji. Wannan tunani an bayyana shi a cikin furtawa, da yin wa'azi, da sujada da shaida bishara na tsohuwar Iklisiya. Yau, ta wurin yin abin da ta saba yi na addini da kuma yin Shekarar Iklisiya, Ikilisiyar tana yarda, tana ɗaukaka, tana kuma shelar nasarar Kristi: hallakas da zunubi da mugunta, da kuma sake jawo dukan halitta gare shi.

5. **Muhimmancin Iklisiya**. Babbar Al'adar, ba tare da shakka ba, ta furta cewa Iklisiya mutane ne na Allah. Tarayyar masu bi, a ƙarƙashin ikon Makiyayi Kristi Yesu, yanzu ita ce shaidar Mulkin Allah a duniya. A cikin sujadarta, da zumunta, da koyaswa, da hidima da shaida bishara, Kristi yana ci gaba da rayuwa da kuma motsawa. Babbar Al'adar tana cewa Iklisiya a ƙalƙashin ikon shugabanninta, da kuma dukan masu bi, ana iya ganin cewa ita ce wurin zaman Allah a cikin Ruhu Mai Tsarki a cikin duniya ta yau. Da ya ke Yesu shi ne Muhimmin Dutsen Magina, Iklisiya ce haikalin Allah, wato jikin Kristi, kuma haikalin Ruhu Mai

[7] Wannan doka wadda ta ta sami tagomashin da ya kamata har zuwa shekarun da aka fitar da awo na magwajin ainihin gaskiyar Krista, inda aka sa abu uku mhimmai domin tantancewa akan abinda za'a ƙirga shi a matsayin ainihin koyarwa ko baya cikin koyaswar Iklisiya. St Vincent na Lerins, ɗan tauhidi mai iya sharhi wanda ya mutu kafin 450 AD, ya rubuta abinda aka zo ana kira "Vincentian canon, abin gwada kotolikanci guda uku: "Quod ublique semper, quod semper, quod ab omnibus creditum est (abinda aka yarda da shi ko'ina, a koyaushe kuma ga kowa). Ta wurin wannan gwajin na yadda za'a yi sujada da wasu bambance bambance, da shawara duk domin Iklisiya ta gane tsakanin al'ada ta gaskiya da ta ƙarya." (cf ThomasC. Oden, Classical Pastoral Care, Vol. 4. Grand Rapids: Baker Books, 1987, p 243).

Tsarki. Duka masu bi, masu rai da matattu, da waɗanda ba a haife su basu ne jama'a ɗaya mai tsarki ta Ubangiji a duniya. Taruwa tare kullum ta masu ba da gaskiya, membobi na Iklisiya suna taruwa a wuri domin su yi wa Allah sujada ta wurin Maganar Allah da kuma alamu, da kuma don zama shaida cikin ayyukanta masu kayu da kuma shelar Bishara. Ana shigar da sabbin tuba cikin Iklisiya ta wurin baftisma. Iklisiya tana kamar rayuwar mulkin a cikin zumuntarta, tana nuna tabbacin mulkin Allah da kuma rayuwa da yin aiki tare a duniya ta wurin nunawa cikin Magana da aikatawa.

6. **Tarayyar Bangaskiya.** Babbar Al'adar ba tare da nufin wani abu dabam ba sun yarda cewa Iklisiyar Yesu Kristi ta duniya duka ce, yadda ta damu ne da ci gaba da zama tare, da ci gaba da yin sujada, da koyaswar da ilimin addini na Iklisiya a kowane zamani. (duniyar Iklisiya). Tunda akwai, kuma bege ɗaya, kira ɗaya, da bangaskiya ɗaya kaɗai za'a iya samu. Babbar Al'adar (koyaswa) ta yi yaƙi, ta yi ƙoƙari don zama ɗaya a cikin Magana, koyaswa sujada, da taimakawa.

7. **Wakilcin Bisharar Kristi Wanda ya Tashi Daga Matattu.** Babbar Al'adar ta yarda da wakilcin manzanci na sanarwa da al'ummai nasarar Allah a cikin Yesu Kristi, na yin shelar ceto ta wurin alheri ta wurin bangaskiya a cikin sunansa, da kuma jawo mutane zuwa ga tuba, da bangaskiya domin shiga Mulkin Allah. Ta wurin aikata gaskiya da adalci, Iklisiya na nuna rayuwar Mulkin a cikin duniya yau, da kuma ta wurin yin wa'azinta da yin rayuwa tare, haka na yin shaida da kuma nuna alama ta Mulkin yanzu a cikin duniya domin duniya. (Sacraementum Mundi). Kuma kamar ginshiki da wuri na gaskiya. A matsayinta na shaidar mulkin Allah da kuma mai lura da Maganar Allah, ana so Iklisiya ta bayyana a fili, ta kuma kare bangaskiya yadda manzanni suka kai wa Iklisiya.

A ƙarshe: Neman Namu Gaban Ta wurin Duba Baya.

Lokacin da mutane da yawa suke a ruɗe da surutai da hargitsi na waɗansu da yawa masu cewa suna Magana a madadin Allah, lokaci ya yi da za mu sake gano tushen bangaskiyarmu, mu koma can baya zuwa farkon furucinmu, da aikatawar mu na Krista, mu gani ko gaskiya ne za mu iya gane ko mu su wane ne cikin yi wa Kristi sujada, da almajirantaswa da ya sake duniya. A nawa ganin, wannan zai yiwu ta wurin yin bisharar Babbar Ala'adar yadda ya kamata, wannan bangaskiyar da kuma aikatawa sune tushen dukan koyaswa, ko Katolika, ko tsohuwar Iklisiya, ko Angilikan ko Protestant.

Ba shakka, waɗansu al'adu (koyaswa) za su ci gaba da neman su nuna, su kuma yi rayuwar miƙa kai ga tasu Al'adar mai iko (wato maganar Allah), da kuma Babbar Al'adar ta wurin sujadarsu, koyaswa da kuma aiki. Al'adunmu na Krista dabam dabam, sa'ad da suka kafu, ake kuma nuna su cikin koyaswar maganar Allah tare da bishewar Ruhu Mai Tsarki za su ci gaba da sa a iya gane Bishara a cikin sabbin al'adu, ana Magana da kuma kwaikwayon begen Kristi a cikin sabbin halaya tare da nasu tambayoyin bisa ga halin da suke ciki. Al'adunmu ƙoƙari ne na mu sa mutane su gane al'ada mai iko yadda ta wurin bangaskiya za'a ta jawo su zuwa ga bangaskiya cikin Yesu Kristi.

Saboda haka ya kamata mu nemi hanyoyin da za mu inganta al'adunmu na zamanin nan ta wurin sake haɗawar furtawarmu da aikatawarmu na zamanin nan tare da Babbar al'adar. Kada mu taɓa mantawa cewa zama Krista, a tsakkiyar shi shaida ce mai aminci game da aikin ceton Allah a cikin tarihi. Saboda haka koyaushe za mu zama mutanen da suke neman nan gabanmu ta wurin duba baya ta wurin lokaci a lokutan bayani da aikatawa inda aka nuna Dokar Allah a fili ta wurin zuwansa cikin jikin mutum, ƙauna, tashi daga matattu, hawa zuwa sama, da kuma sake dawowar Kristi nan ba da daɗewa ba. Saboda haka bari mu tuna mu ɗaukaka shi, mu sake koyo, kuma mu yi shelar abin da masu bi suke furtawa tun daga safiyar da aka sami kabarin da ba kowa a ciki-kabarin alkawarin ceto na Allah a cikin Yesu Banazaret wanda zuwansa don ya fanshi mutanensa ya kuma cece su domin kansa ne.

Apendis na 17

Tsarin Littafi Mai Tsarki A Takaice

Rev. Dr. Don L. Davis

Tsohon Alkawari

1. **Farawa** - *Farkon Abubuwa*
   a. Adamu
   b. Nuhu
   c. Ibrahim
   d. Ishaku
   e. Yakubu
   f. Yusufu

2. **Fitowa** - *Ceto (daga)*
   a. Bauta
   b. Kuɓutarwa
   c. Doka
   d. Alfarwa ta sujada

3. **Littafin Firistoci**- *Sujada da Zumunta*
   a. Baye-baye da Hadayu
   b. Firistoci
   c. Liyafa da Bukukuwa

4. **Littafin Kidaya** - *Hidima da Tafiya*
   a. A shirye
   b. Yawuce-yawuce

5. **Maimaitawar Shari'a - Biyayya**
   a. Musa ya yi waiwaya akan tarihi da doka
   b. Dokokin tafiyar da al'umma da na zaman tare
   c. Alkawarin Falistiyawa
   d. Albarkun Musa da mutuwarsa

6. **Yoshuwa** - *Fansa (shiga)*
   a. Kama ƙasar
   b. Raba ƙasar
   c. Bankwanan Yoshuwa

7. **Alkalai** - *Kuɓutarwar da Allah ya yi*
   a. Rashin biyayya da hukunci
   b. Alkalai goma sha biyu na Isra'ila
   c. Yanayi na rashin doka

8. **Rut - Kauna**
   a. Rut ta yi zaɓi
   b. Rut ta yi aiki
   c. Rut ta jira
   d. Rut ta sami sakamako mai kyau

9. **1 Sama'ila** - *Sarakuna, Ta fuskar Firistanci*
   a. Eli
   b. Sama'ila
   c. Shawulu
   d. Dawuda

10. **2 Sama'ila - Dawuda**
    a. Sarkin Yahuda (shekaru 9 – Hebron)
    b. Sarkin Isra'ila (shekaru 33 – Urushalima)

11. **1 Sarakuna** - *Ɗaukakar Solomon, taɓarɓarewar Mulki*
    a. Ɗaukakar Solomon
    b. Taɓarɓarewar mulki
    c. Annabi Iliya

12. **2 Sarakuna** - *Rabuwar Mulki*
    a. Elisha
    b. Isra'ila (faɗuwar Mulkin Arewa)
    c. Yahuda (faɗuwar Mulkin Kudu)

13. **1 Tarihi** - *Shirin Haikalin Dawuda*
    a. Sunayen Zuriyoyi
    b. Karshen mulkin Shawulu
    c. Mulkin Dawuda
    d. Shirin gina Haikali

14. **2 Tarihi** - *An bar ginin Haikali da yin Sujada*
    a. Solomon
    b. Sarakunan Yahuda

15. **Ezra** - *Kaɗan da suka rage*
    a. Kashi na farko da suka dawo daga bauta - Zerubabel
    b. Kashi na biyu da suka dawo daga bauta -Ezra (firist)

16. **Nehemiya** - *Sake gini ta wurin Bangaskiya*
    a. Sake gina katanga
    b. Farkawa
    c. Sakewa ta fuskar addini

17. **Esta** - *Mace mai ceto*
    a. Esta
    b. Haman
    c. Mordekai
    d. Kuɓuta: Bikin Furim

18. **Ayuba** - *Dalilin da ya sa adali ya sha wahala*
    a. Ayuba mai tsoron Allah
    b. Hari daga wurin Shaiɗan
    c. Abokan nan na Ayuba guda Huɗu
    d. Allah na da rai

19. **Zabura** - *Addu'a da Yabo*
    a. Addu'o'in Dawuda
    b. Wahalar masu tsoron Allah; kubutarwa
    c. Allah ya hukunta Isra'ila
    d. Wahalar mutanen Allah – ta ƙarasa da mulkin Ubangiji
    e. Maganar Allah (Shan wahalar Almasihu da dawowarsa cikin ɗaukaka)

20. **Karin Magana - Hikima**
    a. Hikima da wawanci
    b. Solomon
    c. Solomon - Hezekiya
    d. Agur
    e. Lemuel

21. **Mai Hadishi** - *Abubuwan banza*
    a. Gwaji
    b. Lura
    c. Dubawa

22. **Waƙar Waƙoƙi** - *Labarin Ƙauna*

23. **Ishaya** - *Adalci (Shari'a) da Alheri (Ta'aziya) na Allah*
    a. Anabce-anabcen horo
    b. Tarihi
    c. Anabce-anabcen albarka

24. **Irmiya** - *Zunubin Yahuda ya kai ta bauta a ƙasar Babila*
    a. Kiran Irmiya; ƙarfin hali da ya samu
    b. An gama da Yahuda; aka anabta bautar da za ta shiga a Babila
    c. Aka yi Alkawari na komawa
    d. Hukuncin da aka anabta ya tabbata
    e. Anabce-anabce gaba da Al'ummai
    f. Bautar Yahuda a takaice

25. **Makoki** - *Makoki akan Urushalima*
    a. Shan azabar Urushalima
    b. Aka hallakad saboda zunubi
    c. Wahalar annabi
    d. Tabarɓarewar yanzu da armashi na da
    e. Roko domin jinƙan Allah

26. **Ezekiyel** - *Bautar Isra'ila da Dawowarsu*
    a. Hukunci akan Yahuda da Urushalima
    b. Hukunci akan ƙasashen Al'ummai
    c. An maida Isra'ila; ɗaukakar Urushalima ta gaba

27. **Daniyel** - *Lokacin Al'ummai*
    a. Tarihi; Nebukadnezzar, da Belshazzar, da Daniyel
    b. Anabci

28. **Yusha'u** - *Rashin aminci*
    a. Rashin aminci
    b. Horo
    c. Maidawa

29. **Yowel** - *Ranar Ubangiji*
    a. Annobar Fari
    b. Abubuwan da za su faru a Ranar Ubangiji a nan gaba
    c. Shiri na Ranar Ubangiji nan gaba

30. **Amos** - *Allah yana Shari'anta Zunubi*
    a. An shari'anta makwabta
    b. An shari'anta Isra'ila
    c. Wahayi na shari'a ta gaba
    d. Albarkun shari'a ta Isra'ila da suka wuce

31. **Obadiya** - *Hallakar da Edom*
    a. Anabcin hallakaswa
    b. Dalilan hallakaswar
    c. Albarkun Isra'ila na gaba

32. **Yunusa** - *Ceton Al'ummai*
    a. Yunusa ya yi rashin biyayya
    b. Wasu suka sha wahala
    c. An hukunta Yunusa
    d. Yunusa ya yi biyayya; dubbai suka tsira
    e. Yunusa a bai ji daɗi ba, ba ƙauna domin rayuka

33. **Mika** - *Zunubin Isra'ila, Hukunci, da Maidowa*
    a. Zunubi da shari'a
    b. Alheri da maidowa ta da ke gaba
    c. Roƙo da kai ƙara

34. **Nahum** - *An gama da Nineba*
    a. Allah ya tsani zunubi
    b. An anabta faɗuwar Nineba
    c. Dalilan faɗuwar

35. **Habakuk** - *Adali zai Rayu ta wurin Bangaskiya*
    a. Kuka game da zunubin Yahuda da ba a shari'anta ba
    b. Za a hukunta Chaldiyawa
    c. Kuka akan muguntar Chaldiyawa
    d. An yi alkawarin hukuntawa
    e. Addu'a domin farfaɗowa; bangaskiya cikin Ubangiji Allah

36. **Zafaniya** - *Shigar Babila ta fitar da Ranar Ubangiji*
    a. Shari'a a kan Yahudiya na nuna Babbar Rana ta Ubangiji da ke zuwa
    b. Shari'a a kan Urushalima da maƙwabta na nuna shari'a ta ƙarshe da ke zuwa kan dukan ƙasashe
    c. An maida Isra'ila inda ta ke bayan shari'a

37. **Haggai** - *Sake gina Haikali*
    a. Rashin kula
    b. Gaba-gaɗi
    c. Rabuwa
    d. Shari'a

38. **Zakariya** - *Zuwan Kristi sau biyu*
    a. Wahayin Zakariya
    b. Tambayar Betel; Amsar Jehovah
    c. Faduwar Ƙasashe da ceto

39. **Malakai** - *Rashin kula*
    a. Zunuban Firist
    b. Zunuban mutane
    c. Kaɗan masu aminci

Sabon Alkawari

1. **Matiyu** - *Yesu Sarki*
   a. Mutuntakar Sarkin
   b. Shirin Sarki
   c. Farfagandar Sarkin
   d. Shirye-shiryen Sarkin
   e. Azaban Sarkin
   f. Ikon Sarkin

2. **Markus** - *Yesu a matsayin Bawa*
   a. Yahaya ya gabatar da Bawan
   b. Allah Uba ya bayyana Bawan
   c. Jarabobi suka fitar da Bawan
   d. Aiki da kalmar Bawan
   e. Mutuwa, da binnewa da tashi daga matattu

3. **Luka** - *Yesu Kristi, Mutum marar Laifi*
   a. Haihuwa da iyalin Mutum marar Laifi
   b. Gwada Mutum marar Laifi; a garin shi
   c. Hidimar da Mutum marar Laifi ya yi
   d. Bashewa, da shari'a, da mutuwar Mutum marar Laifi
   e. Tashi daga matattu da Mutum marar Laifi ya yi

4. **Yahaya** - *Yesu Kristi Allah ne*
   a. Kafin gabatarwa – zama a cikin Kamannin Mutum
   b. Gabatarwa
   c. Shaidar ayyuka da kalmomi
   d. Shaidar Yesu ga almajiransa
   e. Azaba – shaida ga duniya
   f. Jawabi na ƙarshe

5. **Ayyukan Manzanni** - *Ruhu Mai Tsarki yana Aiki a Cikin Iklisiya*
   a. Ubangiji Yesu na aiki tare da Ruhu Mai Tsarki ta wurin manzanni a Urushalima
   b. Cikin Yahudiya da Samariya
   c. Zuwan duƙ faɗin Duniya

6. **Romawa** - *Adalcin Allah*
   a. Gaisuwa
   b. Zunubi da ceto
   c. Tsarkakewa
   d. Gwagwarmaya
   e. Rayuwa cike da Ruhu Mai Tsarki
   f. Tabbatar da ceto
   g. Nuna bambanci
   h. Haɗaya da hidima
   i. Rabuwa da gaisuwa

7. **1 Korantiyawa** - *Ubangijintakar Kristi*
   a. Gaisuwa da nuna godiya
   b. Yanayin da ke tsakanin Korantiyawa
   c. Game da Bishara
   d. Game da bayaswa

8. **2 Korantiyawa** - *Hidimar Iklisiya*
   a. Ta'aziyar Ubangiji
   b. Baiko domin matalauta
   c. Kiran Manzo Bulus

9. **Galatiyawa** - *Barata ta wurin Bangaskiya*
   a. Gabatarwa
   b. Na kaina – Ikon manzo da ɗaukakar Bishara
   c. Ruƙunai – Barata ta wurin bangaskiya
   d. Zahiri – Tsarkakewa ta wurin Ruhu Mai Tsarki
   e. Karasawa ta wurin sa hannu da gargaɗi

10. **Afisawa** - *Iklisiyar Yesu Kristi*
   a. Ruƙuni – kiran Iklisiya na samaniya
      – Jiki
      – Haikali
      – Abin Mamaki
   b. Zahiri – yadda Iklisiya ta kamata ta zama a duniya
      – Sabon Mutum
      – Amarya
      – Rundunar mayaƙa

11. **Filibiyawa** - *Murna a cikin Rayuwar Krista*
   a. Dalilin Rayuwa ta Krista
   b. Yadda ake yin Rayuwar Krista
   c. Sakamakon yin Rayuwar Krista
   d. Iko domin iya Rayuwar Krista

12. **Kolosiyawa** - *Kristi Cikar Allah*
   a. Ruƙuni – Kristi, cikar Allah; a cikin Kristi masu bi suka zama cikakku
   b. Zahiri – Kristi, cikar Allah; bayyanar rayuwar Kristi cikin masu bi, da kuma ta wurinsu

13. **1 Tasalonikawa** - *Zuwan Kristi na Biyu:*
   a. Bege ne mai izawa
   b. Bege ne mai aiki
   c. Bege ne mai tsarkakewa
   d. Bege ne mai ta'aziya
   e. Bege ne mai farkarwa, da izawa

14. **2 Tasalonikawa** - *Zuwan Kristi na Biyu*
   a. Tsananta wa masu ba da gaskiya yanzu; shari'ar marasa ba da gaskiya nan gaba (a lokacin da Kristi ya zo)
   b. Shirye-shiryen duniya dangane da zuwan Kristi
   c. Zahiran abubuwan da ke tattare da zuwan Kristi

15. **1 Timoti** – *Gwamnati da Ka'ida a cikin ƙaramar Iklisiya ta yanki*
    a. Bangaskiyar Iklisiya
    b. Addu'a ta jama'a da matsayin mata a Iklisiya
    c. Shugabanni a cikin Iklisiya
    d. Ridda a cikin Iklisiya
    e. Aikin shugabannin Iklisiya

16. **2 Timoti** – *Biyayya da aminci a Kwanakin Ridda*
    a. Wahala da ta ke tattare da Bishara
    b. Ƙokari a cikin aiki
    c. Ga ridda na zuwa; ikon Maganar Allah
    d. Biyayya ga Ubangiji

17. **Titus** – *Yadda Iklisiya ta Sabon Alkawari ta kamata ta zama*
    a. Iklisiya a matasyin ƙungiya
    b. Iklisiya ta zama mai yin koyaswa da wa'azin Maganar Allah
    c. Iklisiya ta zama mai yin ayyuka masu kyau

18. **Filimon** – *Bayyana ƙaunar Kristi da Koyar da ƙaunar 'Yan'uwa*
    a. Gaisuwa tare da farin ciki zuwa ga Filimon da iyali
    b. Kyakkyawan halin Filimon
    c. Roƙon alheri domin Onisimus
    d. Sauya marar laifi da mai laifi
    e. Bayyanuwar sauyi
    f. Roƙo domin duka da na kai

19. **Ibraniyawa** – *Fifitawar Kristi*
    a. Riƙuni – Kristi ya fi tattalin arzikin Tsohon Alkawari
    b. Zahiri – Kristi ya kawo abubuwan ƙaruwa da ayyukan yi mafi kyau

20. **Yakub** – *Ka'idodin Kristanci*
    a. An gwada bangaskiya
    b. Wahala wajen kame harshe
    c. Kashedi game da duniyantaka
    d. Gargaɗi dangane da zuwan Ubangiji

21. **1 Bitrus** – *Begen Krista a lokacin Tsanani da Gwaji*
    a. Wahala da tabbatar da ceton masu bi
    b. Wahala da Maganar Allah
    c. Wahala da wahalun Kristi
    d. Wahala da Zuwan Kristi na Biyu

22. **2 Bitrus** – *Jan Kunne game da Malaman ƙarya*
    a. Ƙarin alheri na Krista ke ba da tabbaci
    b. Ikon Maganar Allah
    c. Riddar da Shaidar ƙarya ta ƙawo
    d. Halaye masu nuna dawowar Kristi: gwaji na ridda
    e. Ajandar Allah a cikin duniya
    f. Huɗuba ga masu ba da gaskiya

23. **1 Yahaya** – *Iyalin Allah*
    a. Allah Haske ne
    b. Allah Ƙauna ne
    c. Allah Rai ne

24. **2 Yahaya** – *Jan kunne game da Ƙarɓar Masu Ruɗi*
    a. Yi tafiya cikin gaskiya
    b. A ƙaunaci juna
    c. Ƙada ku yarda da masu ruɗi
    d. Ku sami murna cikin zumunci

25. **3 Yahaya** – *Shawara ta a Karɓi Masu bi na Gaskiya*
    a. Gayus, ɗan'uwa a cikin Iklisiya
    b. Diyotarifis
    c. Dimitiriyus

26. **Yahuda** – *Jayayya domin Bangaskiya*
    a. Lokaci na wasiƙar
    b. Aukuwar ridda
    c. Aikin masu ba da gaskiya a kwanakin ridda

27. **Wahayin Yahaya** – *Bayyanuwar Kristi Daukakakke*
    a. Yesu karan kanshi a cikin ɗaukaka
    b. Abinda ke na Yesu Kristi – Iklisiya a cikin Duniya
    c. Shirin Yesu Kristi – yadda yake a sama
    d. Hatimai bakwai
    e. Algaitu bakwai
    f. Muhimman mutane a cikin kwanaki na ƙarshe
    g. Kwanoni guda bakwai
    h. Faɗuwar Babila
    i. Samaniya

Apendis na 18

Sabon Alkawari a Yadda Al'amuran Suka Auku.

Rev. Dr. Don L. Davis, da aka ɗauka aka gyara daga Robert Yarbrough

Kwanan Wata	Tarihin Krista	Sabon Alkawari	Tarihin Roma
c. 28-30	Hidimar da Yesu ya yi a Bainar jama'a	Littattafan Bishara	14 -37, Tibariyus, mai mulki
c. 33	Tuban Bulus	Ayyukan Manzanni 9: 1-3	–
c. 35	Ziyarar Bulus ta farko zuwa Urushalima bayan tubansa	Galatiyawa 1:18	–
c. 35-46	Bulus a Kilikiya da Suriya	Galatiyawa 1:21	–
–	–	–	c. 37-41, Gayus, mai mulki c. 41-54, Kilaudiyus, mai mulki
c. 46	Ziyarar Bulus ta biyu zuwa Urushalima	Galatiyawa 2:1; Ayyukan Manzanni 11:27-50	–
c. 47-48	Bulus da Barnaba a Sayifurus da Galatiya (Tafiyar farko)	Ayyukan Manzanni 13-14	–
c. 48?	Wasiƙa zuwa ga Galatiyawa	–	–
c. 49	Majalisar Urushalima	Ayyukan Manzanni sura 15	–
c. 49-50	Bulus da Sila daga Suriya ta Antakiya ta cikin Asiya ƙarama zuwa Makidoniya da Akaya	Ayyukan Manzanni 15:36-18:21	–
c. 50	Wasiƙa zuwa ga Tasalonikawa	–	–
c. 50-52	Bulus a Korinti	–	c. 51-52; Galiliyo, furokonsul na Akaiya
Lokacin rani a shekara ta 52	Ziyarar Bulus ta uku zuwa Urushalima	–	c. 52-59; Felis, furokuretan Yahudiya
c. 52-55	Bulus a Afisa	–	c. 54-68; Nero, mai mulki
c. 55-56	Wasiƙu zuwa ga Korantiyawa	–	–
c. 55-57	Bulus a Makidoniya, da Ilirikun, da Akaya (Tafiya ta uku)	Ayyukan Manzanni 18:22-21:15	–
Farkon shekara ta 57	Wasiƙa zuwa ga Romawa	–	–
Watan Mayu 57	Ziyarar Bulus ta huɗu (da ta ƙarshe) zuwa Urushalima	Ayyukan Manzanni 21.17	–
c. 57-59	Kullewar Bulus a kurkuku a Kaisariya	Ayyukan Manzanni 23:23	c. 59; Festus ya gaji Felis a matsayin furokureto na Yahudiya
Watan Satumba 59	Fara tafiyar Bulus cikin jirgin ruwa zuwa Roma	Ayyukan Manzanni 27- 28	–
Febrairu 60	Saukar Bulus a Roma	–	–
c. 60-62	Ɗaurin cikin gida da aka yi wa Bulus a Roma	–	–
c. 60-62	Wasiƙun da ya yi a ɗaure (Afisawa, Filibiyawa, Kolosiyawa, Filimon)	c. 62; mutuwar Festus; Albinus furokuretan Yahudiya	–
c. 65?	Ziyarar Bulus zuwa Spain (Tafiya ta huɗu ke nan?)	–	c. 64, Wutar Roma
c. ??	Wasiƙu irin na Makiyayi/Pasto (1 & 2 Timoti, Titus)	–	–
c. 65?	Mutuwar Bulus	–	–

Apendis na 19

Sadar Da Almasihu: Dangantakar Littattafan Bishara

An ɗauka daga N. R. Ericson and L. M. Perry, John: "A New Look at the fourth Gospel"

	Matiyu	Markus	Luka	Yahaya
Kwanan wata	Kimanin shekara ta 65 A.D	Kimanin shekara ta 59 A.D	Kimanin Shekara ta 61 A.D	Kimanin Shekara ta 90 A.D
Surori	28	16	24	21
Ayoyi	1,071	666	1,151	879
Lokaci	Shekaru 36	Shekaru 4	Shekaru 37	Shekaru 4
Masu Saurara	Yahudawa	Romawa	Hellenawa	Duniya
Kristi A Matsayin	Sarki	Bawa	Mutum	'Dan Allah
Ƙarfafawa	Sarki Mai Iko Duka	Sauƙin Kai	Mutuntaka	Allahntaka
Sifa	Zaki	Saniya	Mutum	Gaggafa
Ƙarshe	Tashi daga matattu	Kabarin da ba kowa	Alkawarin Ruhu Mai Tsarki	Alkawarin dawowarsa ta biyu
An Rubuta a	Antakiya?	Roma	Roma	Afisa
Muhimmin aya	27.37	10.45	19.10	20.30-31
Muhimmiyar Kalma	Mulki	Hidima	Ceto	Gaskatawa
Manufa	Miƙawar Yesu Kristi		Fassarar Yesu Almasihu	
Lokacin Karatu	Awoyi 2	Awa 1¼	Awa 2¼	Awa 1½

Apendis na 20

Dacewa Domin Wakilci: Yaɗuwar Almajiran Mulkin Allah

Rev. Dr. Don L. Davis

Duk mai sauraronku ni yake sauraro. Mai ƙinku kuma, ni yake ƙi. Duk mai ƙina kuwa, wanda ya aiko ni ne ya ƙi. Luka 10:16

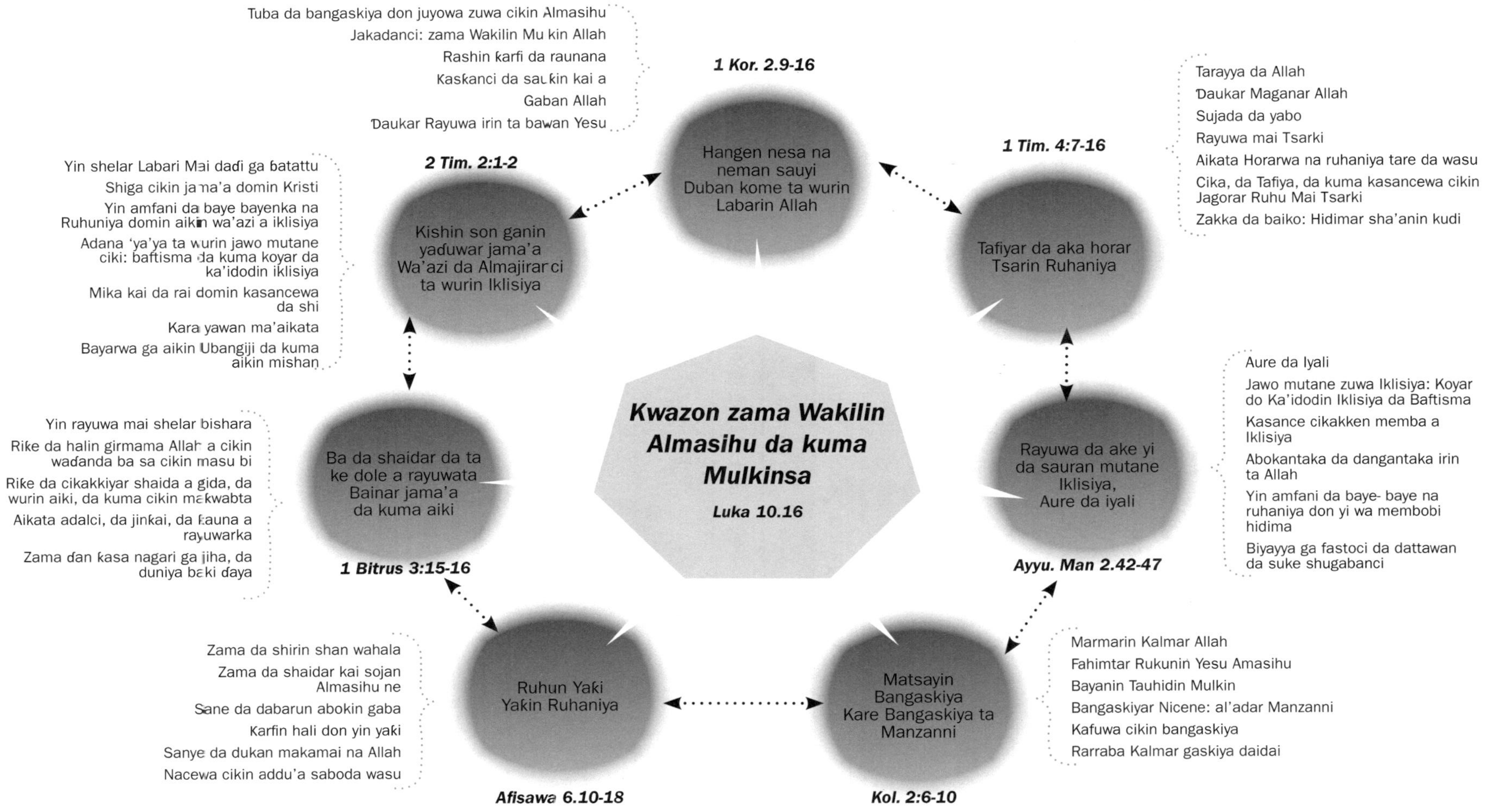

Apendis na 21

Ka'idodin Sabon Alkawari

Rayuwa Cikin Yanayin Mulkin Allah da aka juya Bisa ta koma Kasa

Rev. Dr. Don L. Davis

Ka'ida ta Komawa baya

Ka'idar a bayyane	Littafi Mai Tsarki
Talaka zai zama mai arziki, kuma mai arziki zai zama talaka	Luka 6:20-26
Mai karya doka da waɗanda ba su cancanta ba sun sami ceto	Matiyu 21:31-32
Za a ɗaukaka waɗanda suka ƙasƙantar da kansu	1 Bitrus 5:5-6
Wadanda suka ɗaukaka kansu, za a ƙasƙantar da su	Luka 18:14
Makaho zai sami gani	Yahaya 9:39
Masu cewa suna gani za su zama makafi	Yahaya 9:40-41
Mun zama masu 'yanci ta wurin zama bayin Kristi	Romawa 12:1-2
Allah ya zaɓi abinda aka rena a duniya domin kunyata masu hikima	1 Kor. 1:27
Allah ya zaɓi abu marar ƙarfi a duniya domin ya kunyata mai ƙarfi	1 Kor. 1:27
Allah ya zaɓi ƙasƙantacce, da wanda aka rena domin wofinta abubuwan da suke	1 Kor. 1:28
Za mu ribato duniya mai zuwa ta wurin rasa wannan	1 Tim. 6:7
Idan ka ƙaunaci wannan rai za ka rasa shi; idan ka ƙi wannan rai za ka kasance da mai zuwa	Yahaya 12:25
Za ka zama wanda ya fi kowa ta wurin zama bawa ga kowa	Matiyu 10:42-45
Yin ajiya a nan zai sa ka rasa lada a sama	Matiyu 6:19
Yi ajiya a sama, za ka sami arzikin sama	Matiyu 6:20
Ka yi na'am da mutuwa ga kanka domin ka yi cikakkiyar rayuwa	Yahaya 12:24
Rabu da kayatarwar duniya domin ka sami tagomashin sama	Filibiyawa 3:3-7
Na farko za su zama na ƙarshe, kuma na ƙarshe za su zama na farko	Mark. 9:35
Ta wajen kasawarka ake ganin cikakken alherin Yesu, ba ta wurin ƙarfinka ba	2 Kor.12:9
Hadaya mafi girma ga Allah ita ce sauƙin kai da zuciya mai tuba	Zab. 51:17
Ya fi albarka a bayar wa wasu da a karɓa daga gare su	Ayyukan Manzanni 20:35
Ba da dukan abinda ka ke da shi domin ka karɓi kyauta mafi kyau daga wurin Allah	Luka 6:38

Apendis na 22

Yesu Kristi, Jigo Da Kuma Kan Maganar Littafi Mai Tsarki

Rev. Dr. Don L. Davis

Daga Norman Geisler, *"A Popular Survey of the Old Testament."* Grand Rapids, MI: Baker Books, 1977, pp. 11ff

Yesu Kristi, Jigo da kuma da Kan Maganar Littafi Mai Tsarki Luka 24:27; Ibra. 10:7; Matiyu 5:17; Yahaya 5:39	*Abu biyu a haɗe na tsarin Littafi Mai Tsarki*	*Abu huɗu a haɗe na yadda Littafi Mai Tsarki yake*	*Abu Takwas a haɗe na tsarin Littafi Mai Tsarki*
	Tsohon Alkawari: Sa zuciya Ɓoyayye Kunshe Umarni Cikin inuwa Cikin ayyukan addini Cikin hoto Kamar yadda aka riga aka faɗa Cikin anabci Cikin ɗaukar sifar mutum	**Doka** *Tushe domin Kristi*	***Doka*** Tushe domin Kristi (Farawa – Maimaitawar Shari'a)
			Tarihi Shiri domin Kristi (Yoshuwa – Esta)
		Annabawa Sa ran zuwan Kristi	***Waƙa*** Sa zuciya domin Kristi (Ayuba – Waƙar Waƙoƙi)
			Annabawa Sa ran zuwan Kristi (Ishaya – Malakai)
	Sabon Alkawari: Zahiranci Aka fitar a fili A bayyane Cikarsa Cikin yadda za a iya ji, a gani, a kuma iya tabawa A zahirance A cikin karan-kai Kamar yadda anabci ya cika Cikin tarihi Cikin zama cikin jikin mutum	**Litattafan Bishara** Bayyanuwar Kristi	***Littattafan Bishara*** Bayyanuwar Kristi (Matiyu – Yahaya)
			Ayyukan Manzanni Yaɗa labarin Kristi (Ayyukan Manzanni)
		Wasiƙu Fasarar Kristi	***Wasiƙu*** Fitar da bayanin Kristi (Romawa – Yahuda)
			Ru'uyar Cikar Kristi (Wahayin Yahaya)

Apendis na 23

Bari Allah Ya Tashi!

Abubuwa guda Bakwai na Neman Ubangiji daTagomashinsa

Rev. Dr. Don L. Davis

			Kan Magana	Nassi	Faɗakarwa		Zancen yin addu'a
"Nemi Ubangiji" Zakariya 8:18-23 • Ishaya 55:6	1	Girmamawa	• Farin ciki da Jin daɗi a cikin Ubangiji Allah • Cika da Godiya • Gani da Sanin Allah a cikin Karan Kansa da Ayyukansa	Zab. 29:1-2 Wahayin Yahaya 4.11 Rom. 11:33-36 Zab. 27:4-8	Game da Girman Allah da Ɗaukakarsa	Fuskar Allah	A Taru domin Sujada da Addu'a
	2	Yarda da Kasawa	• Marar karfi ko iko • Marar taimako • Faɗakarwar Bukatar Mutum ta Sanin Allah	Zab. 34:18-19 K. Mag. 28:13 Dan. 4:34-35 Ishaya 30:1-5	Game da Kasawarmu a gaban Allah		Furta Rashin karfinka
	3	Ba da Kai	• Mutuwa ga zama cikin zaman son kai da kaunar duniya • Babu dogara ga hikima ta jiki, ko kayan aiki, ko yadda ake gudanarwa • Tsarkake kanmu a matsayin hadaya ga Allah	Rom. 12.1-5 Yahaya 12:24 Filib. 3:3-8 Gal. 6:14	Game da Mika Kanmu ga Ubangiji Allah		Mika Kai gaba ɗaya ga Kristi
"Mu roki alheri daga Ubangiji" Zakariya 8.18-23 • Irmiya 33.3	4	Farkawa Ta Duniya baki ɗaya da ta Yanki	• Sabuntawa: zubowar Ruhu Mai Tsarki akan Mutanen Allah • Sabuntawa: Biyayya ga Babban Umarni –Kaunar Allah da Makwabci • Canza al'amura gaba ɗayansu: Sake ganin Kristi a matsayin Ubangiji	Hosiya/Yusha'u 6.1-3 Afis.3:15-21 Matiyu 22:37-40 Yahaya 14:15	Yin roko domin cika da Ruhu Mai Tsaki	Cika	Addu'a da Naciya a Madaɗin Wasu
	5	Kara cin Gaba `Ta Duniya baki ɗaya da ta Yanki	• Shirye-shiryen Bishara: fita wa'azi zuwa mutane da wuraren da ba su taba ji ba • Faɗakarwa da zugawa: ga kowane taro domin cika Babban Umarni • Zama da tunani irin na soja: Zama da tunanin ko ta kwana da shirin shan wahala da dauriya a cikin yaki na Ruhaniya	Ayyukan Manzanni 1:8 Mark. 16:15-16 Mat. 28:18-20 Mat. 11:12 Luka 19:41-42 2 Tim. 2:1-4	Roko domin izawar Ruhu	Biyan Bukata	
	6	Tabbatarwa	• Ba da shaida akan abinda Ubangiji ya yi • Kalubalantar juna ta wurin faɗin gaskiya cikin kauna	Zab. 107:1-2 Ibra. 3:13 2 Kor. 4:13 Mal. 3:16-18	Cetattu na Faɗin Haka	Bangaskiyar	A Karfafa Juna cikin Gaskiya da Shaida
	7	Sakankancewa	• Jiran Allah cikin hakuri domin ya yi abinshi a lokacinsa da hanyarsa • Zama da gaba gaɗi kamar Allah yana kan amsa roke-rokenmu • Zama kamar Allah zai aikata daidai abinda ya ce zai yi	Zab. 27:14 2 Tarihi 20:12 K/Magana 3:5-6 Isha. 55:8-11 Zab. 2:8	Mu kafa Idanunmu akan Ubangiji	Yakin	A Warwatse domin a yi Aiki a Jira kuma

Apendis na 24

Shaidar Bangaskiya Ta Nicene ("Nicene Creed")

Muna ba da gaskiya ga Allah ɗaya, Uba, Mai Iko Duka, Mahaliccin sama da ƙasa, da dukan abin da ke ganuwa, da abin da ba sa ganuwa.

Muna ba da gaskiya ga Ubangiji ɗaya, Yesu Kristi Ɗan Allah, Makaɗaici, Haifaffe daga wurin Uban gaba da dukan zamanai, Allah daga Allah, Haske daga Haske, haƙiƙanin Allah daga haƙiƙanin Allah haifaffe ne, ba halittacce ba ne, jauhari ɗaya da Uban ta wurinsa aka yi dukan abu.

Wanda ya sauko daga Sama domin mu mutane, domin cetonmu kuwa ya ɗauki jiki daga budurwa Maryamu ta ikon Ruhu Mai Tsarki, ya zama mutum. Aka giciye shi saboda mu, ya sha wahala a zamanin Fontus Bilatus, aka binne shi. Rana ta uku ya tashi ga matattu, bisa ga faɗin Littattafai, ya hau bisa cikin sama yana zaune ga hannun dama na Uba. Zai sake zuwa da daraja domin ya yi shari'a ga masu rai da matattu, mulkinsa kuwa ba shi da matuƙa.

Muna ba da gaskiya ga Ruhu Mai Tsarki, Ubangiji mai ba da rai, wanda ya fito daga Allah Uba da Ɗa. Wanda ana masa sujada da ɗaukaka tare da Uba da Ɗa. Wanda ya yi magana ta wurin annabawa.

Muna ba da gaskiya ga Iklisiya ɗaya Mai Tsarki, katolika, da ta manzanni.

Mun yarda da baftisma ɗaya domin gafarar zunubai, muna sauraron tashin matattu, da rai na zamani mai zuwa. Amin.

Apendis na 25

Shaidar Bangaskiya Ta Nicene ("Nicene Creed")
Tare da Goyon Bayan Littafi Mai Tsarki

The Urban Ministry Institute

Muna ba da gaskiya ga Allah ɗaya, (Maimatawar Shari'a 6:4-5; Markus 12:29; 1 Korantiyawa 8:6)
Uba Mai Iko duka, (Farawa 17:1, Daniyel 4:35, Matiyu 6:9, Afisawa 4:6, Wahayin Yahaya 1:8).
Mahallicin sama da ƙasa (Farawa 1:1, Ishaya 40:28, Wahayin Yahaya 10:6)
da abin da ke ganuwa da abin da ba ya ganuwa. (Zabura 148, Romawa 11:36, Wahayin Yahaya 4:11)

Muna ba da gaskiya ga Ubangiji ɗaya, Yesu Kristi, Ɗan Allah Makaɗaici, haifaffe daga wurin Uban gaban dukan zamanai, Allah daga Allah, Haske daga Haske, Haƙiƙanin Allah daga Haƙiƙanin Allah, Haifaffe ne ba Halittace ba ne, jauhari ɗaya da Uba (Yahaya 1:1-2, 3:18, 8:58, 14:9-10, 20:28, Kolosiyawa 1:15-17, Ibraniyawa 1:3-6)
ta wurinsa aka yi dukan abu. (Yahaya 1:3, Kolosiyawa 1:16)

Wanda ya sauko daga sama domin mu mutane, domin cetonmu kuwa ya ɗauki jiki daga Budurwa Maryamu ta wurin Ikon Ruhu Mai Tsarki, ya zama mutum. (Matiyu 1:20-23, Yahaya 1:14, 6:38, Luka 19:10)
Aka giciye shi saboda mu, ya sha wahala a zamanin Fontus Bilatus, aka binne shi. (Matiyu 27:1-2; Markus 15:24-39, 43-47, Ayyukan Manzanni 13:29, Romawa 5:8, Ibraniyawa 2:10, 13:12)
Rana ta uku ya tashi daga matattu bisa ga faɗin Littattafai, (Markus 16:5-7, Luka 24:6-8, Ayyukan Manzanni 1:3, Romawa 6:9, 10:9, 2 Timoti 2:8)
Ya hau bisa cikin sama yana zaune a hannun dama na Uba. (Markus 16:19, Afisawa 1:19-20).
Zai sake zuwa da daraja domin ya yi shari'a ga masu rai da matattu, mulkinsa kuwa ba shi da matuƙa. (Isha 9:7, Matt 24:30, Yah 5:22, Ayyu. Man 1:11, 17:31, Rom 14:9, 2 Kor 5:10, 2 Tim 4:1).

Muna ba da gaskiya ga Ruhu Mai Tsarki, Ubangiji mai ba da rai, (Far 1:1-2, Ayu. 33:4, Zab 104:30, 139:7-8, Luk 4:18-19, Yah 3:5-6, Ayyu. Man 1:1-2, 1 Kor 2:11, W.Yah 3:22)
wanda ya fito daga Uba da Ɗa, (Yah 14.16-18, 26; 15.26; 20.22)
wanda tare da Allah Uba da Ɗa ana masa sujada da ɗaukaka, (Ish. 6:3, Mat. 28:19, 2 Kor. 13:14, W. Yahaya 4:8)
wanda ya yi magana ta wurin annabawa. (Littafin Kidaya 11:29, Mik 3:8, Ayyu Man. 2:17-18, 2 Bit. 1:21)

Muna ba da gaskiya ga Iklisiya ɗaya Mai Tsarki, katolika, da ta manzanni (Mat 16:18, Afis 5:25-28, 1 Kor 1:2, 10.17, 1 Tim 3:5, W. Yah 7:9).

Mun yarda da baftisma ɗaya don gafarar zunubai (Ayyu. Man 22:16, 1 Bit 3:21, Afis 4:4-5).
Muna sauraron tashin matattu, da rai na zamani mai zuwa (Ish 11:6-10, Mik 4:1-7, Luk 18:29-30, W. Yah 21:1-5, 21:22-22.5)
Amin.

Nicene Creed Tare Da Goyon Bayan Littafi Mai Tsarki – Ayoyin Haddacewa

A ƙasa akwai ayoyin haddacewar da aka ba da shawara a haddace, ɗaya daga kowane sashe na shaidar bangaskiya.

Uban
Wahayin Yahaya 4:11

Ɗan
Yahaya 1:1

Aikin Ɗan
1 Korantiyawa 15:3-5

Ruhu Mai Tsarki
Romawa 8:11

Iklisiya
1 Bitrus 2:9

Begenmu
1 Tasalonikawa 4:16-17

Apendis na 26

Shaidar Bangaskiyar Manzanni

Ina ba da gaskiya ga Allah Uba Mai Iko Duka, Mahaliccin sama da ƙasa; ina ba da gaskiya ga Yesu Almasihu, Ɗansa Makaɗaici; wanda aka haifa ta ikon Ruhu Mai Tsarki, haifaffe ta wurin budurwa Maryamu. Ya sha wahala a zamanin Fontus Bilatus, aka giciye, ya mutu, aka yi masa kushewa, ya tafi lahira, rana ta uku ya tashi daga matattu, ya hau zuwa cikin Sama, yana zaune a hannun daman Allah Uba Mai Iko Duka, daga can zai zo garin yin shari'a ga masu rai da matattu.

Ina ba da gaskiya ga Ruhu Mai Tsarki, ga Iklisiya Mai Tsarki katolika, ga zumuntar tsarkaka, gafarar zunubai, tashin jiki, da rai marar matuƙa. Amin.

Made in the USA
Las Vegas, NV
09 November 2026

57757230R00096